ബോധനം

ചെറുകഥകൾ

അരുൺ ഡി ഐ

ഭരതമുനി,

ഗുരു നാട്യാചാര്യ മാണി മാധവ ചാക്യാർ

ഉള്ളടക്കം

ഉപക്രമം

നമ്മുടെ പ്രതികരണങ്ങളിലെല്ലാം പ്രേരകശക്തികളാകുന്നതും സ്വാധീനം ചെലുത്തുന്നതും വികാരങ്ങളാണ്. അത് പ്രകടിപ്പിക്കപ്പെടുമ്പോൾ അവ രസങ്ങളായി പ്രതിഫലിക്കുന്നു. മനഃപൂർവ്വമോ അല്ലാതെയോ ഉണ്ടാകുന്ന ഇത്തരത്തിലുള്ള ഭാവപ്രവാഹങ്ങൾ എട്ടെണ്ണം ഭരതമുനിയുടെ നാട്യശാസ്ത്രത്തിൽ പ്രതിപാദിക്കുന്നു.

'അഷ്ടാവേവ രസാ നാട്യേ' എന്നാണു ഭരതന്റെ നിർവ്വചനം. 'ശാന്തം' പിൽക്കാലത്തു ഇതോടൊപ്പം ചേർക്കപ്പെടുകയും രസങ്ങൾ ഒൻപത്തെണ്ണമായി പുനഃ നിർവചിക്കപൈടുകയും ചെയ്തു. അപ്രകാരം ശൃംഗാരം, കരുണം, വീരം, രൗദ്രം, ഹാസ്യം, ഭയാനകം, ബീഭത്സം, അത്ഭുതം, ശാന്തം എന്നിങ്ങനെ ഒൻപത് രസങ്ങൾ കലയുടെയും പ്രകൃതിയുടെയും വൈകാരിക പ്രതികരണമായി ചിത്രീകരിക്കപ്പെട്ടിരിക്കുന്നു.

രസങ്ങൾ അനുഭവങ്ങളിലൂടെയാണ് പൂർണ്ണത നേടുന്നത് എന്നുപറഞ്ഞാൽ അത് തർക്കാതീതമായി അംഗീകരിക്കേണ്ടിവന്നേക്കാം.

രസരാജനായ ശൃംഗാരത്തിന്റെ സ്ഥായിഭാവം രതിയാണ്. സാഹചര്യങ്ങൾക്കനുസൃതമായി ഇത് ചേഷ്ടകളിലൂടെയും ഭാവങ്ങളിലൂടെയും അവതരിപ്പിക്കപ്പെടുന്നു. പ്രശസ്തമായ പ്രണയ കാവ്യമായ റോമിയോ & ജൂലിയറ്റ് ൽ സകല രസങ്ങളും സമ്മേളിക്കുന്നുണ്ടെങ്കിലും ശൃംഗാരം അതിന്റെ പരമാവധി ഭംഗിയിൽ കാണാം.

ശോകം സ്ഥായിയായി വരുമ്പോൾ ഭാവം കരുണമാകുന്നു. യുദ്ധാനന്തരം വിജയാഘോഷങ്ങൾ പ്രതീക്ഷിക്കുന്ന പാണ്ഡവർക്ക് ഉത്തരയുടെ ഗർഭത്തിൽ പരീക്ഷിത്തിനെ നഷ്ടപ്പെടുന്ന അവസ്ഥ കരുണരസം പ്രതിഫലിപ്പിക്കുന്നു.

കർമ്മോത്സുകതയുടെയും പോരാട്ടങ്ങളുടെയും ആവിഷ്ക്കരണമായി വീരരസം കണക്കാക്കപ്പെടുന്നു. ധർമ്മസംസ്ഥാപനത്തിനായി പോരാടിയവർ അതിന്റെ

"

ദൃഷ്ടാന്തങ്ങളും.

ക്രോധം പ്രതികരണത്തിന്റെ തീവ്രഭാവമായി ചിത്രീകരിക്കപ്പെടാറുണ്ട്. എന്നാൽ അനീതിയുടെ ഇരുളിനെ ചൂണ്ടിക്കാണിക്കുന്ന മൂർച്ചയുള്ള വാക്കുകൾ മനസ്സിൽ തളച്ചിടപ്പെടുമ്പോഴും അത് രൗദ്രഭാവമായി രൂപാന്തരപ്പെടുന്നു.

നർമ്മം കാലാതീതമായ ഹാസ്യരസത്തിന്റെ അവതരണമാണ്. ചിരിയിലൂടെ ചിന്തിപ്പിച്ചവരാണ് ഓർമ്മയിലെന്നുമുള്ള ഇതിന്റെ പ്രയോക്താക്കൾ.

ഭയം പലരീതിയിലാണ് പലരിലും സ്വാധീനം ചെലുത്തുന്നത്. ചിന്തകളിലൂടെ മെനഞ്ഞെടുത്ത കാഴ്ചകൾ കണ്ട് ഭയപ്പെട്ടവരും അപ്രതീക്ഷിതമായ നേർക്കാഴ്ചകളിൽ ഭയപ്പെട്ടവരും ആസന്ന നഷ്ടങ്ങളെ ഭയപ്പെട്ടവരുമൊക്കെ നമുക്കുമുന്നിലുണ്ട്.

അനുഭവങ്ങൾ അനുഭവങ്ങളാകുമ്പോൾ ജുഗുപ്സ ബീഭത്സരസമായി കാണപ്പെടുന്നു.

പ്രതീക്ഷകൾക്ക് മുകളിലോ താഴെയോ ആയി വരുന്ന അനുഭവങ്ങൾ വിസ്മയിപ്പിക്കുന്നു. കാണാത്തതും കേൾക്കാത്തതുമായ അനേകം സഞ്ചാരിഭാവങ്ങളിലൂടെ അദ്ഭുതരസം പ്രതിഭലിപ്പിക്കുന്നതായി കാണാം.

ആത്യന്തികമായി വരുന്ന അനാസക്തിയും നിസ്സംഗത്വവും, നിർവ്വേദം സ്ഥായിയായ ശാന്തരസമായി പരിണമിക്കുന്നു.

കലയുടെ പൂർണ്ണതയ്ക്കുവേണ്ടി, വികാരങ്ങളുടെ ചിത്രണത്തിനുവേണ്ടി പച്ചയായ ജീവിതഭാവങ്ങളിൽ നിന്ന് കടംകൊണ്ടതാണ് നവരസങ്ങളെന്ന 'ബോധനം' ആവട്ടെ ഈ സമാഹാരം. ഇതിലൂടെ മേൽപ്പറഞ്ഞ ഒൻപത് രസങ്ങൾക്കൊപ്പമുള്ള ഒരു യാത്രയാണ് വിഭാവനം ചെയ്തിരിക്കുന്നത്. ഓരോ കഥയുടെയും തുടക്കത്തിൽ അവ ഏത് രസമാണ് ഉൾക്കൊള്ളുന്നത് എന്ന് മനസ്സിലാക്കാൻ ഒരു ഖണ്ഡിക ചേർത്തിട്ടുണ്ട്. കഥയുമായി നേരിട്ട് ബന്ധമില്ലെങ്കിലും ഈ ചെറുശകലങ്ങൾ പൂന്തോട്ടത്തിന് മുകളിൽ പറക്കുന്ന ശലഭങ്ങളായി രസങ്ങൾ അടയാളപ്പെടുത്തുന്നു.

അരുൺ ഡി ഐ

ഗ്രന്ഥകാരനെപ്പറ്റി

ഡോ. അരുൺ ഡി ഐ

SHAPE MEMORY MATERIALS (ശാസ്ത്രം / ഗവേഷണം), ഡനിപ്പർ നദിക്കിപ്പുറം (ചെറുകഥാസമാഹാരം), VERDICAL (നോവൽ), PARADOXICAL (നോവൽ) എന്നിവ അരുണിന്റെ മറ്റുപുസ്തകങ്ങളാണ്. തിരുവനന്തപുരം ഗവ. എൻജിനീയറിങ്ങ് കോളേജിൽ നിന്ന് ബിരുദവും, ഡൽഹി ഐ) ഐ) ടി യിൽനിന്ന് ബിരുദാനന്തരബിരുദവും, തിരുവനന്തപുരം ഐ ഐ എസ് ടി യിൽനിന്ന് ഡോക്ടറേറ്റും നേടിയ അരുൺ, തിരുവനന്തപുരം വിക്രം സാരാഭായി ബഹിരാകാശ കേന്ദ്രത്തിൽ ശാസ്ത്രജ്ഞനാണ്.

കടപ്പാട്

ഓർമ്മകൾക്കും, ഓർമ്മകൾ തന്നവർക്കും

• xi •

1

സ്വപ്നം

മുല്ലപ്പൂവിന്റെ ഗന്ധവും പുറത്തുപെയ്യുന്ന മഴയും ചുണ്ടുകളിൽ ചിരിയായി നിന്നപ്പോൾ അവന്റെ വിയർപ്പിൽ കുതിർന്ന നെഞ്ചിലെ രോമങ്ങളിൽ ചേർന്ന് അവൾ ഉറങ്ങി.

സ്വപ്നത്തിലെന്നപോലെ വീണ്ടും പകലും രാത്രിയും പിറന്നു.

തുള്ളിതോരാതെ പെയ്യുന്ന മഴയിൽ പകൽവെളിച്ചം സമയത്തെ ഒളിച്ചുകടത്തി.. അവളുടെ മുടിയിഴയിലെ നനവിൽ കുതിർന്ന, മയക്കത്തിൽ അവൻ ഇന്നലെയുടെ നഷ്ടങ്ങൾക്ക് ബലിയിട്ടു.

ഇരുണ്ട ഒരു പകൽ വീണ്ടും അവളുടെ മൂക്കുത്തിവെളിച്ചത്തിൽ നിഴലുകളില്ലാത്ത വഴികളിലേക്ക് അവനെ കൊണ്ടുപോകുകയായിരുന്നു. ഒരുമുഴം മുല്ലപ്പൂ കൂടി അവൾ ചോദിച്ചിരുന്നു ഇന്നലെ. നാളെയാവട്ടെ എന്നെപ്പോഴോ മുടിയിൽ ചുംബിച്ചപ്പോൾ അവൻ പറഞ്ഞിരുന്നു. നടുവിരലിലെ ബാക്കിയുള്ള കണ്മഷിക്കറുപ്പ് അവൾ അന്നും നെറുകയിൽനിന്നും പിന്നിലേക്ക് തേച്ചിരുന്നു. അതവന്റെ ചുണ്ടിലെ ചുവപ്പിനെ കറുപ്പിച്ചു.

൭

കാവിലെ കളിയരങ്ങിൽ നിന്ന് കഥകളി കണ്ടിറങ്ങുമ്പോൾ സമയം നാലുമണിയോടടുത്തു. ബാണയുദ്ധം ആദ്യമായാണ് കാണുന്നത്.

ബലിയുടെ പുത്രനെ അവതരിപ്പിക്കുന്നതെങ്ങനെ എന്നത് കൗതുകമായിരുന്നു.

ബാണാസുരപുത്രി 'ഉഷ' എന്നിലെവിടെയോ ഉള്ളതായി പലപ്പോഴും തോന്നിയിരുന്നു. അവളുടെ മാനസിക

വ്യവഹാരങ്ങളിലൂടെ ഞാനെപ്പോഴോക്കെയോ കടന്നുവന്നതല്ലേ എന്നുപലപ്പോഴും തോന്നി. പ്രണയതീവ്രനിമിഷങ്ങൾ കൗമാരയവ്വനങ്ങളിൽ പെയ്തുതോർന്ന മഴയുടെ കുളിരാണ്.

"തെളിഞ്ഞ വഴിയിലൂടെ നടന്നോളു പെങ്കുട്ട്യോള്"

ഉടുത്തിരുന്ന ദാവണിയുടെ ഒരറ്റം ചുറ്റി ചേർത്തുപിടിച്ച് തിരിഞ്ഞ് മുത്തശ്ശിയെനോക്കി മറുപടിയായി പുഞ്ചിരിച്ചുകൊണ്ട് ഞാനും അവളും തെളിഞ്ഞ വരമ്പിലൂടെ നടന്നു.

പാങ്ങില്ലെങ്കിലും മുത്തശ്ശി ഈ പ്രായത്തിലും കഥകളി കാണാൻ വരാതിരുന്നില്ല.

എന്റെ ചെവിയിലപ്പോഴും മദ്ദളത്തിന്റെയും ചേങ്ങിലയുടെ ശബ്ദം മുഴങ്ങുന്നുണ്ടായിരുന്നു. കല്ലടിക്കോടന്റെ മുദ്രകളും കല്ലുവഴിച്ചിട്ടയുടെ ഭാവാഭിനയവും കണ്മുന്നിലിങ്ങനെ നിറഞ്ഞാടിക്കൊണ്ടിരുന്നു. ബാല്യം മുതൽ കഥകളി കാണുന്നതാണ് മുത്തശ്ശിക്കൊപ്പം.

നിലപ്പദം കഴിയുംവരെ കണ്ണിമ ചിമ്മാതെ കണ്ടിരുന്ന ഞങ്ങൾ രണ്ടാളും മിനുക്കുവേഷങ്ങളായി എപ്പോഴൊക്കെയോ അരങ്ങിലുമുണ്ടായിരുന്നു എന്ന് തോന്നി.

ഇന്നിപ്പോൾ 'ഉഷ' യായി ഞാനും 'ചിത്രലേഖയായി അവളും.

എന്നെപ്പോലെ ചിത്രലേഖയുടെ മുഖത്തും പുഞ്ചിരി തന്നെ.

അനിരുദ്ധന്റെ വരവിനായി കാത്തിരുന്ന നിമിഷങ്ങൾ എന്റെ തന്നെ തോന്നലുകൾ ആയിരുന്നില്ലേ..?!

വീടെത്തി ഉറങ്ങാൻ കിടക്കുമ്പോൾ മനസ്സിൽ ആട്ടവിളക്കിന്റെ തീ നാളം പ്രകാശമാനമായി തുടരുകയായിരുന്നു. ചെണ്ടയില്ലാതെ മദ്ദളവും ചേങ്ങിലയും ഇലത്താളവും മാത്രമായി അരങ്ങുകേളി കൊട്ടിക്കയറുന്നു.

ഇരുട്ടിൽ നിന്ന് വർണ്ണാഭമായ തിരശീല പതിയെ ഉയർന്നു.

അനിരുദ്ധൻ പട്ടുമെത്തയിൽ ഉറങ്ങുന്നു. യാദവന്റെ കൊട്ടാരത്തിൽ നിന്ന് മന്ത്രികവിദ്യയാൽ അവതാരക്കൃഷ്ണന്റെ പൗത്രനെ എനിക്കുവേണ്ടി എത്തിച്ചുതന്നു ചിത്രലേഖ.

എന്റെ വേഷവും മാറിയിരിക്കുന്നു. ഉറങ്ങാൻ കിടന്നപ്പോൾ ഉടുത്തിരുന്ന ചുവന്ന കരയുള്ള ദാവണിയല്ല ഇപ്പോൾ. മനയോലവെള്ളം ചേർത്തരച്ച ചായം മുഖത്തും, ചുണ്ടുകളിൽ ചെമ്പരത്തിച്ചുവപ്പും, തിളക്കമാർന്ന വസ്ത്രങ്ങളും.

അരികിൽ നിന്ന എന്റെ കരങ്ങൾ ഗ്രഹിച്ചുകൊണ്ട് കുറുംകത്തിവേഷത്തിൽ ഉറങ്ങുകയായിരുന്ന അനിരുദ്ധൻ എഴുന്നേറ്റു.

ജന്മാന്തരങ്ങളായുള്ള എന്തോ ഒരു ബന്ധം തിരിച്ചറിഞ്ഞപോലെ മൃദുഹാസത്താൽ എന്റെ, ഉഷയുടെ കണ്ണുകളിൽ കണ്ണുകളുറപ്പിച്ച് അവൻ അടുത്തുവന്നു. ഇരുകരങ്ങളും എന്റെ തോളത്തുവയ്ക്കുമ്പോൾ ഞാൻ ലജ്ജയാൽ മുഖം താഴ്ത്തി കണ്ണുകളടച്ചു. എന്റെ ഹൃദയമിടിപ്പ് വേഗത്തിലാകുന്നപോലെ.

ചെണ്ട, ചേങ്ങില, മദ്ദളനാദം ഉയർന്നുകേൾക്കുന്നു.

ഒരു പുരുഷവേഷവും സ്ത്രീവേഷവും തിരശ്ശീലനീക്കി പുറപ്പാടിലെന്നപോലെ രംഗത്ത് വന്ന് പ്രണയലീലകളിൽ മഗ്നരാവുന്നു. അവന്റെ

കണ്ണുകളുടെയും പുരികങ്ങളുടേയും ചലനം അവൾ അനുകരിക്കുമ്പോലെ.

ആലിംഗന ബദ്ധരായി അനിരുദ്ധനും ഉഷയും നിൽകുമ്പോൾ ആട്ടവിളക്കിന്റെ പ്രകാശം കൂടുതൽ തെളിഞ്ഞ് അത് പകൽവെളിച്ചമാകുന്നു. അവർക്കുചുറ്റും പൂക്കളും പൂന്തോട്ടവും തേൻകുടിക്കാനെത്തിയ വണ്ടികളും ശലഭങ്ങളും സോപാനം പാടുന്നു.

ഇവിടെ കണ്ണുകൾ സ്വപ്നത്തിൽ നിന്നിറങ്ങിയ ഞാൻ എന്തിനെന്നറിയാതെ പുഞ്ചിരിച്ചു. ഒരു പ്രണയിനിയെപ്പോലെ.

2

ഇഷാലി

തൽക്ഷണം രോഷാകുലനായ ദ്രോണപുത്രൻ, ഉത്തരയുടെ ഗർഭത്തിലായിരുന്ന പരീക്ഷിത്തിനുനേരെ ബ്രഹ്മാസ്ത്രം തൊടുത്തുവിട്ടു. അഭിമന്യുവിന്റെ, അർജുനന്റെ, കൃഷ്ണന്റെ, യുദ്ധം ബാക്കിവെച്ച മഹാരഥന്മാരുടെയെല്ലാം പരാജയമായിരുന്നു അത്. ദുഃഖ തീമഴയിൽ എരിഞ്ഞൊടുങ്ങിയ ഉത്തരയുടെ മാതൃത്വം അവളുടെ ക്ഷീണിതവും വിറങ്ങലിച്ചതുമായ കൺപോളകളിൽ നിഴലിച്ചു. നാഴികകളോളം അവൾ തന്റെ കൃഷ്ണമണികൾ അനക്കമില്ലാതെ നാസികാഗ്രത്തിലേക്കു തന്നെ ഉറപ്പിച്ചിരുന്നു. യജ്ഞസേനിയുടെ തോളിൽ ചാരി ഇരുന്ന ഉത്തരയെ നോക്കി സുഭദ്ര നെടുവീർപ്പിട്ടു.

08.05. 2015

പ്രിയപ്പെട്ട അന്വേഷയ്ക്ക്,

മറുപടി എഴുതാൻ വൈകിയതിന് പരിഭവിക്കുന്നയാളല്ല എന്നറിയാം. പല ആവർത്തി എഴുതാൻ ശ്രമിച്ചതാണ്. കഴിഞ്ഞതവണത്തെപ്പോലെ സന്തോഷവർത്തമാനങ്ങളിൽ തുടങ്ങാൻ ഒന്നും തന്നെയില്ല.

രുദ്രാണിയമ്മയെ കാണാൻ പോയിരുന്നു. നിന്നെ അന്വേഷിച്ചു. സുഖവിവരങ്ങൾ ഞാൻ അറിയിച്ചിട്ടുണ്ട്.

അവർക്ക് അസുഖം കുറവില്ല. ഓസ്ട്രേലിയയിൽ നിന്നും ദേവൻ ഇത്തവണയും വന്നില്ല. കൊച്ചുമകളുടെ പിറന്നാൾദിവസം ആയമ്മ വിളിച്ച ഫോൺ കോളുകൾ ആരും എടുത്തില്ലാത്രേ, പക്ഷെ രാത്രി

വൈകി 'താങ്ക്യൂ അമ്മാമ്മ' എന്ന ഒറ്റവരി മെസ്സേജ് വന്നത്രെ. സരിത ചേച്ചിയുടെ അമ്മ രാജമ്മയുടെ അതേ അവസ്ഥയാണ് രുദ്രാണിയമ്മയ്ക്ക്. അർബുദം മസ്തിഷ്കത്തിലേക്ക് ബാധിച്ചുവത്രെ. അരുൺ സാറിനൊപ്പം സരിതച്ചേച്ചിയുടെ വീട്ടിൽ പോയിരുന്നപ്പോളാണ് രാജമ്മയെ പരിചയപ്പെട്ടത്. എണ്പതുകഴിഞ്ഞ, വെള്ളിനിറത്തിലുള്ള മുടിയുള്ള 'അമ്മ. അവരുടെ പകുതി പ്രായം പോലുമില്ലാത്ത അരുൺസാറും രാജമ്മയും കൂട്ടുകാരെപോലെയായിരുന്നു. പ്രണയവും, ദൈവവും, യാത്രകളുമൊക്കെ അവരുടെ സംഭാഷണങ്ങളിൽ ഉണ്ടാകും. നല്ല രസമായിരുന്നു. ഒരിക്കൽ ഗുരുവായൂർ കൊണ്ടുപോകാം എന്ന് അരുൺസാർ വാക്കുകൊടുത്തിരുന്നു രാജമ്മയ്ക്ക്, പക്ഷേ മരണം അതിനുള്ള സമയം അവർക്ക് കൊടുത്തില്ല.

രുദ്രാണിയമ്മയോടു ഞാനും അരുൺസാറിനെപോലെ സംസാരിക്കാൻ ശ്രമിച്ചു.അതൊരു ആശ്വാസമാകും അവർക്ക് എന്ന തോന്നലാവണം എന്നെ അതിന് പ്രേരിപ്പിച്ചത്.

ഇവിടെ, പല്ലശ്ശന കാവിലെ ഉത്സവത്തെപ്പറ്റി നീ ചോദിച്ചെരുന്നല്ലോ, ഇത്തവണയും പോകാൻ കഴിഞ്ഞില്ല. ആദ്യ രണ്ടുനാൾ എനിക്ക് പുറത്തിറങ്ങാൻ പാടില്ലായിരുന്നു. പിന്നീടുള്ള ദിവസങ്ങൾ ഏടത്തിയമ്മ ആശുപത്രിയിലായിരുന്നു. അവർക്ക് രണ്ടാം മാസമായിരുന്നു. അബോർഷനായി. കുഞ്ഞിന്റെ വളർച്ച പോരായിരുന്നത്രെ. ഏട്ടനും ഏടത്തിയമ്മയും ഒരുപാട് കൊതിച്ചിരുന്നു ഈ കുഞ്ഞിനെ കിട്ടാൻ. ഗർഭിണിയാണെന്നറിഞ്ഞ ദിവസത്തെ പുകിലൊക്കെ ഞാൻ മുൻപൊരിക്കൽ പറഞ്ഞിട്ടില്ലേ. മധുര പലഹാരങ്ങൾ ഒരുപാട് വാങ്ങി, അറിയുന്ന എല്ലാവരെയും വിളിച്ചറിയിച്ചു. ഒരുപാട് സന്തോഷമായിരുന്നു. ചെറുപ്പം മുതൽ ഏട്ടനങ്ങനെയാണ്, സന്തോഷം വന്നാൽ എല്ലാവരും സന്തോഷിക്കുന്നത് കാണാൻ ഒരുപാടിഷ്ടമാണ്. എന്നാൽ സങ്കടം വന്നാൽ പുള്ളി ഒറ്റക്ക് എവിടേലും പോയിരിക്കും.

ഒരുപാടുനാൾ കാത്തിരുന്നതല്ലേ ഒരു കുഞ്ഞിനുവേണ്ടി.

അവർ കുഞ്ഞിനിടാൻ പെരുവരെ കണ്ടുപിടിച്ചിരുന്നുവത്രെ.

അവരെക്കാണുമ്പോൾ "മാമ്പൂ കണ്ടും മക്കളെ കണ്ടും മാടം കെട്ടും പൂങ്കുയിലേ" എന്ന വയലാർ വരികൾ ഇടയ്ക്കോർക്കുമായിരുന്നു.

ഒന്ന് രണ്ടു സ്കാൻ കഴിഞ്ഞപ്പോൾത്തന്നെ ഡോക്ടർ പറഞ്ഞുവത്രേ പ്രതീക്ഷവയ്ക്കണ്ടെന്ന്. പക്ഷെ ഏടത്തിയമ്മ പ്രാർത്ഥിക്കാത്ത ദൈവങ്ങളില്ല. മീൻകുളത്തി ഭഗവതി അരുതാത്തതൊന്നും വരുത്തില്ല എന്ന് അമ്മയും ഇടയ്ക്കിടെ പറയുമായിരുന്നു. അച്ഛൻ അധികം സംസാരിക്കില്ല എന്നുനിനക്കറിയാമല്ലോ, അതിനാലാവണം അറിഞ്ഞതുമുതൽ വരാന്തയിൽ, ചാരുകസേരയിൽ ആകാശം നോക്കി കിടക്കും. ഇടയ്ക്കിടെ ആരും കാണാതെ കണ്ണുതുടയ്ക്കും.

മുത്തശ്ശി ദിവസവും കാവിൽ പോകും. ഭഗവതിക്ക് ചുറ്റുവിളക്കും, രക്തപുഷ്പാഞ്ജലിയും, മാലവിളക്കുമൊക്കെ മുറപോലെ നടന്നു ഏടത്തിക്കുവേണ്ടി, കുഞ്ഞിനുവേണ്ടി.

ദൈവങ്ങൾ കനിഞ്ഞില്ല. ഹൃദയമിടിപ്പ് വേണ്ടതിലും കുറവായതിനാൽ തുടരേണ്ട എന്ന് ഡോക്ടർ പറഞ്ഞുവത്രേ.

പാവം ഏടത്തി.

കരഞ്ഞു കണ്ണീർവറ്റിയ അവസ്ഥയിലാണ്. രാത്രിയും പകലുമൊക്കെ അടിവയറ്റിൽപിടിച്ചിരുന്നു കരയുമായിരുന്നു. ഏട്ടനും കരയുമായിരുന്നിരിക്കും, കാണാറില്ല.

അമ്മയും മുത്തശ്ശിയും ഏടത്തിയുടെ അമ്മയുമൊക്കെ നാട്ടിലെ മറ്റുള്ള പലരുടെയും അനുഭവങ്ങൾ പറഞ്ഞവരെ ആശ്വസിപ്പിക്കാൻ ശ്രമിച്ചിരുന്നു. ഇതൊക്കെ കേട്ട് അടുക്കളപ്പടിയിൽ ചാരിയിരുന്ന് നിശ്ശബ്ദയായി കരയും ഏടത്തി. ആശ്വസവാക്കുകളിൽ അലിയുന്നതായിരുന്നില്ല അവരുടെ വേദന.

മിനിഞ്ഞാന്ന് ആസ്പത്രിയിൽ പോയി ഉള്ളിലെന്തോ മരുന്നുവച്ച് അബോർഷൻ ചെയ്തു. അതിനുശേഷം രണ്ടുനാൾ അവിടെ കിടത്തും. ശേഷമുള്ള സ്കാനിൽ അവശേഷിപ്പുകളൊന്നുമില്ലെന്നു ഉറപ്പിച്ചശേഷം വീട്ടിൽ വിടും. ഇന്നിപ്പോൾ അവർ വരും. ക്ഷീണിതയായി, പ്രതീക്ഷകൾ അലസിപ്പിച്ച വിധിയോട് പരിഭവം കാണിക്കാനുള്ള മനഃശശേഷിയുമില്ലാതെ. പാവം ഏടത്തി.

അമ്മയും അച്ഛനും മുത്തശ്ശിയും കാലത്തുമുതൽ കാത്തിരിക്കുകയാണ്. ആശ്വസിപ്പിക്കാൻ വാക്കുകൾ തികയാതെ വരുമോ എന്ന ഭയമാണ് ഞാനുൾപ്പടെ ഏവർക്കും.

പുറത്ത് മഴ കനക്കുന്നു. സങ്കടങ്ങൾ വരുമ്പോൾ മഴയുമുണ്ടാകും കൂട്ടിന് കരയാൻ എന്ന് നീ പറയാറുള്ളത് ഞാനോർത്തു.

ഇവിടുത്തെ സങ്കടകഥകൾ അങ്ങനെ തുടരുന്നു.

നിന്റെ ബിഎഡ് ട്രെയിനിങ് ഈ മാസമാണ് കഴിയുന്നത് എന്ന് പറഞ്ഞതോർക്കുന്നു. കോഴ്സ് കഴിയാൻ ഇനിയും സമയമെടുക്കും. ജോലി നേടണം, സ്വന്തം വരുമാനത്തിൽ അച്ഛനും അമ്മയ്ക്കും എന്തെങ്കിലും വാങ്ങി നൽകണമെന്ന നിന്റെ ആഗ്രഹം എത്രയും പെട്ടെന്ന് സഫലമാകട്ടെ.

പക്ഷെ അഭിമാനിയും സർവ്വോപരി കമ്മ്യൂണിസ്റ്റുമായ അച്ഛൻ, പാർട്ടി വഴി ജോലി തരപ്പെടുത്താൻ വകുപ്പില്ലാത്ത സ്ഥിതിക്ക് ജോലി സാദ്ധ്യതകൾ തേടാൻ കോഴ്സ് കഴിയും വരെ കാക്കണ്ട. കാണുന്ന സ്കൂളുകളിലൊക്കെ അപേക്ഷ അയക്കണം.

പിന്നെ, കഴിഞ്ഞതവണ കാണാൻ വന്ന ചൊവ്വാദോഷക്കാരന്റെ വീട്ടിൽ നിന്ന് വിവരങ്ങൾ എന്തെങ്കിലും അറിയിച്ചിരുന്നോ? ഇത് നടക്കാൻ സാധ്യതയില്ല എന്ന് അന്ന് നീ പറഞ്ഞതോർക്കുന്നു.

അവിടുത്തെ ഏറ്റവും പുതിയ പെണ്ണുകാണൽ വിശേഷങ്ങൾ കേൾക്കാൻ കാത്തിരിക്കുന്നു.

അമ്മയുടെ മുട്ടുവേദന കുറവുണ്ടോ? സഖാവ് അച്ഛൻ പാർട്ടി പ്രവർത്തനങ്ങളോടൊപ്പം സ്വന്തം ആരോഗ്യം നോക്കുന്നുണ്ടോ? കണ്ണന്റെ പഠനം നന്നായി പോകുന്നു എന്ന് കരുതുന്നു.

മറുപടിക്കായി കാത്തിരിക്കും, നിനക്ക് സുഖമെന്ന വിശ്വാസത്തോടെ

എത്രയും സ്നേഹമുള്ള

സ്വന്തം

ഇഷാലി

3

ക്ഷിതി

മുല അറുത്ത നങ്ങേലി നിലത്തുവീണു പിടയുമ്പോഴും വലം കയ്യിലെ കത്തി മുറുകെ പിടിച്ചിരുന്നു.. ഇനിയും ദൃഷ്ടാന്തം വേണോ എന്നുച്ചത്തിൽ ചോദിക്കുന്നുണ്ടായിരുന്നു അവളുടെ തുറിച്ച കൃഷ്ണമണികൾ... അതൊരു വിപ്ലവമായും, ത്യാഗമായും, ധീരതയായും രക്ഷപെടലായും ഒക്കെ പിന്നീടുവന്നവർ വിലയിരുത്തി.. പക്ഷെ വേദന, അതവൾ തന്നെയാണ് സഹിച്ചത്.. മുലയറുക്കും മുമ്പുള്ളതു തന്നെ.. ഇത്തിരി ചോര കൂടി പൊടിഞ്ഞു എന്ന് മാത്രം.. സഹതപിക്കുമ്പോഴും ചുറ്റുമുണ്ടായിരുന്നവർ നോക്കിയത് അടുത്ത് കിടന്ന അറ്റ മുലയിലായിരുന്നു.

∽

സർ.."

ബ്രിഗേഡ് റോഡിലുള്ള ഗസ്ലർ പബ്ബിൽ നിന്നിറങ്ങുമ്പോഴാണ് പിന്നിൽ നിന്നൊരു വിളി.

"ഈ ഹുഡ്ഗി നിന്ന ജോട്ടെ ബന്ദിദ്ദാലെ..?"

അരികിലെ ഒരു ടേബിളിൽ കമഴിരിക്കുന്ന ഒരു പെൺകുട്ടി. മുന്നിൽ കുടിച്ചുതീരാത്ത വിസ്കി ഗ്ലാസും..

അവളെ ചൂണ്ടിയാണ് ആ ചോദ്യം.

അവിടെ നിന്നിറങ്ങുന്ന അവസാന ജനം ഞങ്ങളായതിനാലാവണം പബ്ബിലെ ജീവനക്കാരനായ അയാൾ ചോദിച്ചത്.

അല്ല.. അവൾ ഞങ്ങൾക്കൊപ്പമല്ല. കൂട്ടത്തിൽ കന്നഡ സംസാരിക്കുന്ന ആശിഷ് മറുപടി നൽകി.

"നാവു പബ്ബ് അന്നു മുകച്ചാലിദേവേ..അവളന്നു എല്ലി ബെക്കാദരു ബിടി"

ഞങ്ങൾ നാലുപേരും പരസ്പരം നോക്കി.

"അളിയാ..കാലം മോശമാണ്..ഇനി ഇവൻെറ വക്കും കേട്ട് ഇവളെ ഡ്രോപ്പ് ചെയ്യാൻ ഇറങ്ങിയാൽ നമുക്ക് പണി കിട്ടും.. വേണ്ടെടാ..പോകാം..പറ്റില്ലാന്ന് പറ !"

ഇതും പറഞ്ഞ് ദിലീപ് പോകാൻ ധൃതി കൂട്ടി.

"നന്മമരങ്ങളൊന്നുമല്ലെങ്കിലും.. ഇങ്ങനെ വിട്ടിട്ടു പോകാൻ തോന്നാനില്ലെടാ. എവിടാന്ന് വച്ചാൽ വിടാം. ഇനി നാളെ ഇതിന്റെ മുഖം ടീവിയിൽ കണ്ടാൽ തോന്നുന്ന ബുദ്ധിമുട്ടൊന്നും ഉണ്ടാകില്ല..വാ."

എനിക്കൊപ്പം കിഷനും കൂടി. ഞങ്ങൾ അവളെ തട്ടിവിളിച്ചു.

പാതിയടഞ്ഞ കണ്ണുകളോടെ അവൾ ഞങ്ങളെ നോക്കി.

"ക്യാൻ വി ഡ്രോപ്പ് യു സംവെർ പ്ലീസ്...ദേ സീം റ്റു ബി ക്ലോസിങ്"

ഞങ്ങളെ രണ്ടാളെയും, പിന്നിൽ അസ്വസ്ഥരായി നിന്ന ദിലീപിനെയും ആശിഷിനെയും നോക്കി ഒരുനിമിഷം ദീർഘശ്വാസം വിട്ടശേഷം അവൾ എഴുന്നേൽക്കാൻ ശ്രമിച്ചു.

ആരെന്നോ എന്തെന്നോ അറിയില്ലെങ്കിൽ പോലും നിസ്സംഗയായി അവൾ ഞങ്ങൾക്കൊപ്പം വന്നു. അപരിചിതരെന്നോ ആണുങ്ങളെന്നോ ഉള്ള ഭയം മുഖത്തുകണ്ടില്ല. മദ്യം അവളുടെ ഭയമെന്ന വികാരം അറിയാത്ത അവസ്ഥയിലെത്തിച്ചതാണോ അതോ കാണുന്ന നിഷ്കളങ്കതല്ല അവളിലുള്ളത് എന്നതിനാലാണോ എന്നറിയില്ല. അവൾ ഞങ്ങൾക്കൊപ്പം കാറിൽ കയറി.

ഇരുനിറം, വട്ടമുഖം, പതിഞ്ഞ മൂക്ക്, കലങ്ങിയ കണ്ണുകൾ, മങ്ങിയ ഓറഞ്ച് ചായം പൂശിയ ചുണ്ടുകൾ. എവിടെയോ കണ്ടുമറന്ന ഒരു മലയാളി പെൺകുട്ടിയുടെ മുഖം പോലെ എനിക്ക് തോന്നി. തീരെ മെലിഞ്ഞിട്ടല്ലാത്ത ശരീരം. കഴുത്തിലൊരു ഘനം കുറഞ്ഞ സ്വർണ്ണ മാലയുണ്ട്. ഇരു കൈകളിലെ നഖങ്ങളിലും നെയിൽ പോളിഷ് ഉണ്ട്. കാലിൽ ഹീൽ ഇല്ലാത്ത ചെരുപ്പ്. ഇടം കാലിൽ ഒരു കറുത്ത ചരട് കെട്ടിയിരിക്കുന്നു.

മുട്ടിനൊരല്പം താഴെ എത്തി നിൽക്കുന്ന ചുളിവുകളുള്ള കറുത്ത ഡ്രസ്സ്.

അലസമായി ഉയർത്തിക്കെട്ടിയ തലമുടി അവളുടെ മുഖത്തിന് കൂടുതൽ ഭംഗി നൽകുന്നു.ആ അരണ്ടവെളിച്ചത്തിലും അലസമായി ഉയർത്തിക്കെട്ടിയ തലമുടി അവളുടെ മുഖത്തിന് കൂടുതൽ ഭംഗി നൽകുന്നതായ് എനിക്ക് തോന്നി.

കാറിൽ കയറും മുൻപ് കാലിടറിയ അവളെ ആശിഷ് സഹായിച്ചു.

"കേസുകെട്ട് വല്ലതും ആണോ ഡേയ്..?"

ഞങ്ങളെ കണ്ട് എവിടെ നിന്നോ കേട്ട ആ അശരീരിയിൽ നിന്ന് പബ്ബിനു പുറത്ത് മലയാളികൾ ഉണ്ടെന്നു മനസ്സിലായി.

കാറിന്റെ മുൻസീറ്റിൽ ഇരുന്ന ആ പെൺകുട്ടി കണ്ണുകൾ അടച്ച് പതിയെ തല പിന്നിൽ ചായ്ഞ്ഞിരുന്നു.

"ക്യാൻ യു ടെൽ യുവർ ലൊക്കേഷൻ. വി വിൽ ഡ്രോപ്പ് യു ഹോം"

കാർ സ്റ്റാർട്ട് ചെയ്യുമ്പോൾ ഞാൻ ചോദിച്ചു.

ഞാൻ ആണ് സ്ഥിരം ഡ്രൈവർ. മിക്കവാറുമുള്ള വെള്ളിയാഴ്ചയോ ശനിയാഴ്ചയോ ഞങ്ങൾ പബ്ബിൽ വരാറുണ്ട്. മദ്യപാനം ഒരു രസമായി തോന്നാത്തതുകൊണ്ടു ഞാൻ കഴിക്കാറില്ല. അതവർക്ക്, എന്റെ സഹമുറിയന്മാർക്ക് ഒരു സഹായമായി.

ജനറൽ ഇലക്ട്രിക്കിൽ എങ്ങിനീർമാരാണ് അവർ മൂവരും. ആശിഷും ദിലീപും കണ്ണൂർകാരാണ്. കിഷൻ കുണ്ടന്നൂർകാരനും.

പബ്ബിനു പുറത്ത് ആൽക്കഹോൾ ഡിറ്റക്ടർ കൊണ്ടുനിൽക്കുന്ന കന്നഡ പോലീസിന് ഫൈൻ കൊടുക്കാതെ വീടെത്താമല്ലോ. അങ്ങനെ ഞാൻ ഡ്രൈവറായി. എനിക്ക് മദ്യപൻമാരുടെ കഥകൾ കേൾക്കാം, നല്ല ആഹാരം കഴിക്കാം.

അവളുടെ ഫോണിൽ വന്ന ഒരു കാൾ ആശിഷ് അറ്റൻഡ് ചെയ്തു. കൂടെ താമസിക്കുന്ന മറ്റൊരു പെൺകുട്ടി.

അഡ്രെസ്സ് കിട്ടി. വിമാനപുര സിഗ്നലിൽ നിന്ന് വലത് തിരിഞ്ഞ് മൂന്നാമത്തെ സ്ട്രീറ്റ്.

പി ജി ആണ്.

അവൾ അപ്പോഴും കണ്ണുകളടച്ച് സീറ്റിൽ തല ചായ്ച്ച് ഇരിക്കുന്നു. അവളുടെ വലത്തേ കണ്ണിൽ നിന്നും കണ്ണുനീർ കവിലൂടെ ഒഴുകിയിറങ്ങുന്നത് ഞാൻ ശ്രദ്ധിച്ചു.

എന്തെങ്കിലും ചോദിച്ചാൽ ഉത്തരം കിട്ടുമോ എന്നൊന്നും അറിയാത്തതിനാൽ ഞാൻ ഡ്രൈവിംഗ് തുടർന്നു.

ഞങ്ങളെത്തുമ്പോൾ റോഡരികിൽ അവളുടെ കൂട്ടുകാരികൾ കാത്തുനിന്നിരുന്നു. ആശിഷ് ഫോണിലൂടെ കാര്യം ധരിപ്പിച്ചതിനാലാവണം.

ഞങ്ങളോട് നന്ദിപറഞ്ഞു അവർ അവളെ പി ജി യിലേക്ക് കൂട്ടികൊണ്ടുപോയി.

മടക്കയാത്രയിൽ അവൾ ആയിരുന്നു വിഷയം.

മലയാളിയാണോ..? വീടുവിട്ടുനിന്നുള്ള സ്വാതന്ത്ര്യം ആഘോഷിക്കണതാണോ..? അതോ മറ്റെന്തെങ്കിലും പ്രശ്നങ്ങളാണോ..ഒന്നും അറിയില്ല.

ആത്യന്തികമായി ആണവർഗ്ഗചിന്തകളുണ്ടായിരുന്നെങ്കിലും ആരും ഒന്നും പങ്കുവച്ചില്ല. കാരണം ഓർക്കുമ്പോൾ ഇന്നും അവ്യക്തം.

അടുത്ത ദിവസം എപ്പോഴോ അവളെപ്പറ്റി ഓർത്തു. ഒന്നന്വേഷിച്ചാലോ എന്ന് ആശിഷ് ചോദിച്ചതുമാണ്.

മടിച്ചു.

ഞായറാഴ്ച ഞങ്ങൾ അവളെ കാണാൻ പോയി. കാര്യം തിരക്കാൻ.

'ക്ഷിതി'.. അതാണ് അവളുടെ പേര്.

ഇരുപത്തഞ്ചു വയസ്സ്.

ആർക്കിടെക്ട് ആണ്.

തമിഴത്തി ആണ്. ചെന്നൈ സ്വദേശി. മലയാളികളുടെ സഹവർത്തിത്വം അവളെ ഭാഷ കൈകാര്യം ചെയ്യാൻ പഠിപ്പിച്ചു.

മദ്യപാനം ഈയടുത്ത് തുടങ്ങിയതാണ്. പബ്ബിൽ പോക്കും..!

"അക്ഷയ്..എന്റെ ടകൊളീഗ് ആയിരുന്നു.."

കോഫി മഗ്ഗും കയ്യിൽ പിടിച്ച്, അകലെ തെളിഞ്ഞ നീലാകാശത്ത് പറക്കുന്ന ഒരു പരുന്തിനെ നോക്കി അവൾ സ്വന്തം കഥ പറഞ്ഞു തുടങ്ങി.

കൂട്ടുകാരായി..അത് അടുപ്പമായി. ലിവിങ് ടുഗതർ ആയി..

ഞങ്ങൾ മുയലുകളെ പോലെയായിരുന്നു. എല്ലാത്തിലും. ഞാനൊരിക്കലും ഗർഭിണിയാവില്ല എന്ന് എന്റെ ഗൈനെക്കോളജിസ്റ്റ് പറഞ്ഞിരുന്നു. അത് ആഘോഷങ്ങളിൽ ആശങ്ക ഒഴിവാക്കിത്തന്നിരുന്നു."

ഒരു ത്രില്ലെർ കഥയുടെ ട്രാക്കിലേക്ക് വീണപോലെ ഞങ്ങൾ അവളുടെ കഥ കേട്ടിരുന്നു.

"ക്രമമില്ലാതിരുന്ന പിരിയഡ്സ് ഒരിക്കലും സംശയങ്ങൾക്കിട നൽകിയതുമില്ല."

ഒരു നിമിഷം നിശബ്ദയായി അവൾ ഒന്ന് നിശ്വസിച്ചശേഷം തുടർന്നു.

"പക്ഷെ ഞാൻ ഗർഭിണിയായി..!"

അവനത് സ്വീകാര്യമായില്ല. വേണ്ടെന്നു വയ്ക്കാനുള്ള സമയം അതിക്രമിച്ചതായി ഡോക്ടർ പറഞ്ഞുവത്രെ. അവർ അതിന്മേൽ പിണങ്ങി. അവൻ വീട്ടിൽ വരാതെയായി. അവളുടെ ഫോൺ കോളുകൾക്ക് മറുതലക്കൽ നിന്ന് ഉത്തരമില്ലാതെയായി.

"അവൻ ബാംഗ്ലൂർ നിന്നും പോയി..കൂട്ടുകാരിൽ നിന്നും വീട്ടിലെ വിലാസം വാങ്ങി ഞാൻ പോയി..അവനെ കാണാൻ..ജീവിക്കാൻ ആഗ്രഹിച്ച്"

ഇടറിയ ശബ്ദം അവൾ നേരെയാക്കാൻ ശ്രമിച്ചു ഞങ്ങളോട് കഥ തുടർന്നു.

"പാലക്കാട് ചിറ്റൂർ, അവന്റെ വീട്ടിൽ ചെന്ന ഞാൻ അവന്റെ വിവാഹത്തിൽ പങ്കെടുക്കാനെത്തിയതാണോ എന്ന ചോദ്യം കേട്ട് ഞെട്ടി.

അറിയാതെ പോയി അവനെ. സ്നേഹമായിരുന്നു. ജീവിതം കൊതിച്ചിരുന്നു. പക്ഷെ അവൻ അന്ന് വിവാഹിതനാവുകയായിരുന്നു.. ഞാൻ കാണാൻ നിന്നില്ല..എന്തോ എന്നെ പിന്നിലേക്ക് വലിച്ചു. കടുത്ത വേദനയുമായി, വയറ്റിൽ അവന്റെ കുഞ്ഞുമായി ഞാൻ മടങ്ങി.."

വേദന കലർന്ന ഒരു പുഞ്ചിരിയോടെ അവൾ പറഞ്ഞു നിർത്തുമ്പോൾ ഞങ്ങൾ തെല്ലൊന്നു ഞെട്ടി. പ്രതീക്ഷകൾക്കപ്പുറത്തെ കാര്യങ്ങൾ.

"ആശ്വാസം തേടിയുള്ള യാത്രകളിൽ ഒന്നിലാണ് നിങ്ങളെന്നെ ഇവിടെത്തിച്ചത്. താങ്ക്സ് "

കുടിച്ച് തീർത്ത കോഫി മഗ് അവൾ ഇരുന്ന ബീൻ ബാഗിന്റെ അടുത്ത് വച്ച് ഞങ്ങളെ നോക്കി പറഞ്ഞു.

എന്തുപറയണം, ആശ്വസിപ്പിക്കണോ അതോ മറ്റെന്തെങ്കിലും പറയണോ എന്നൊക്കെ ആലോചിച്ചിരുന്നപ്പോഴാണ് അവളുടെ ഫോൺ ശബ്ദിച്ചത്.

"എക്സ്ക്യൂസ്മി.."

അവൾ ഫോണെടുത്ത് മുറിയിലേക്ക് പോയി.

ഞാൻ ഒരു ദീർഘശ്വാസമെടുത്തു ആശിഷിനെ നോക്കി. അവന്റെ നോട്ടം മുറിയിലേക്ക് പോയ അവളെ അനുഗമിച്ചു. ഞാൻ നിശ്ശബ്ദനായി ആകാശത്തിലെ ആ പരുന്തിനെ തിരഞ്ഞു. അതൊരല്പംകൂടി ഉയരത്തിലേക്ക് പോയപോലെ.

അധികം വൈകാതെ അവൾ മടങ്ങിയെത്തി.

"എന്റെ മുത്തശ്ശൻ ഹോസ്പിറ്റലിൽ ആണ്. ചെന്നൈ അപ്പോളോ യിൽ. സീരിയസ് ആണെന്ന് പറഞ്ഞു. പോകേണം.

പിന്നീടൊരിക്കൽ കാണാം നമുക്ക്...?"

വാക്കുകളിലെ അവസാനഭാഗം ചോദ്യമായി തോന്നി.. തലകുലുക്കി ഞങ്ങൾ ഇറങ്ങി.

ഒരിക്കൽ കൂടി അവൾ പുഞ്ചിരിയോടെ നന്ദി പറഞ്ഞു.

മടങ്ങും മുൻപ് ഒരു ചോദ്യം എന്റെ മനസ്സിൽ തോന്നി..

"ആ കുഞ്ഞ്..?"

ആത്മവിശ്വസവും ധൈര്യവും കലർന്ന ഒരു പുഞ്ചിരിയോടെ അവൾ മറുപടി തന്നു...

"ഞാൻ വളർത്തും.."

φ

എച്ച് ഡി യുടെ ഭാഗമായ പ്രബന്ധങ്ങളിലൊന്ന് അയച്ചതിന്റെ മറുപടി പ്രതീക്ഷിച്ച് ഈ മെയിൽ തുറന്ന ഞാൻ പരിചിതമായ ഒരു പേര് കണ്ടു.

kshiti7659@gmail.com

ക്ഷിതി ആണ്.

ബാംഗ്ലൂർ - ഗസ്‌ലർ പബ്ബ് - തമിഴത്തി

ഞാൻ ഇപ്പോൾ തിരുവനന്തപുരത്തുണ്ട്. വൈകുന്നേരം ഫ്രീ ആണേൽ കാണാം, ഒരു കോഫി കുടിക്കാം.

ഇതായിരുന്നു ഉള്ളടക്കം.

ഏകദേശം മൂന്നുവർഷത്തിനു ശേഷവും അവൾ എന്റെ പേരോർത്തുവച്ചു..! ചില സൗഹൃദങ്ങൾ അങ്ങനെയാണ്. ഒരുപാടെടുത്തില്ലെങ്കിലും കാണാനാകാത്ത എന്തോ ഒരു ബന്ധം നിലനിൽക്കും.ഓർത്തുവയ്ക്കും.

പഞ്ചാബിൽവച്ച് കണ്ട ആ നീലത്തലപ്പാവുകാരൻ സർദ്ദാർജിയെ പോലെ, തെലുങ്കാനയിലെ വൃദ്ധനായ ഭിക്ഷക്കാരനെപ്പോലെ ചിലർ ഓർമ്മയിൽ നിൽക്കും. ഒരുപക്ഷെ ഞാനും അവൾക്ക് അങ്ങനൊരു ഓർമ്മയാകും. അതാവും ഈ ഇമെയിൽ വന്ന വഴി.

ശംഘുമുഖത്തെ പഴയ കോഫി ഹൗസിൽ അധികം ആൾത്തിരക്കുണ്ടായില്ല.

അസ്തമയസൂര്യൻ ഇടയ്ക്കിടെ മേഘങ്ങൾക്കിടയിൽ ഒളിച്ചുകളിക്കുകയായിരുന്നു. കടൽ കാണാൻ വന്നവർ തിരകൾക്കായി കാത്തുനിന്നു അവ വരുമ്പോൾ ഓടിക്കയറുന്ന വിചിത്രമായ കാഴ്ച എന്നത്തേയുംപോലെ നടക്കുന്നു.

മണൽ കൊട്ടാരങ്ങളും, കൈനോട്ടക്കാരും, കുതിരക്കാരും, പ്രണയജോഡികളും, ഐസ് ക്രീമിനായി കരയുന്ന കുട്ടികളും, അലഞ്ഞുതിരിയുന്ന പട്ടികളുമൊക്കെ സ്ഥിരം കാഴ്ചകളാണ്.

ഈർപ്പമുള്ള കടൽക്കാറ്റിൽ കോഫി നുണയുന്നതിനിടെ ഞാൻ അവളോട് ചോദിച്ചു.

"കുഞ്ഞ്..?"

അവസാനം കണ്ടപ്പോഴുള്ള ആ പുഞ്ചിരിയുടെ ബാക്കിയെന്നോണം അവൾ തുടർന്നു.

"അത് പോയി.. അന്ന് ഞാൻ മുത്തശ്ശനെ കാണാൻ ചെന്നൈക്ക് പോയി.. ഫ്ലൈറ്റിൽ. വിമാനയാത്ര പാടില്ലായിരുന്നു ആ സമയം. അവിടെയിറങ്ങുമ്പോൾ ബ്ലീഡിങ് ആയി. അവർ എന്നെ അപ്പോളോ യിൽ തന്നെ എത്തിച്ചു."

വിചിത്രമായ ജീവിതാവസ്ഥകൾ.

അതിനപ്പുറം എൻറെ മനസ്സിൽ ചിന്തകൾ പോയില്ല.

അവൾ തുടർന്നു.

"കാർഡിയോളജി ഐ സി യു ൽ മുത്തശ്ശനും പുറത്ത് എൻറെ അമ്മയുൾപ്പടെയുള്ള ബന്ധുക്കളും.

ഗൈനെക്കോളജി ഐ സി യു ൽ ഞാൻ.."

കോഫി കപ്പിൽ കൈവിരല്കൊണ്ട് തട്ടി നിസ്സഹായതയുടെ വരമ്പിലൂടെ നടന്നുകൊണ്ട് അവൾ തുടർന്നു.

ഒരു കടൽക്കാക്ക ഒഴിഞ്ഞ ഒരു ഐസ് ക്രീം കവർ കൊത്തിയെടുത്തു ഞങ്ങൾക്കരികിലൂടെ പറന്നു പോയി.

"കുഞ്ഞിനി ജീവിക്കില്ല, ഉത്തരവാദിത്വപ്പെട്ട ആരെങ്കിലും വന്നാൽ മാത്രമേ അബോർഷൻ പ്രൊസീജ്യർ ചെയ്യുകയുള്ളൂ എന്ന് ഡോക്ടർമാർ പറഞ്ഞു. ഞാനാരെ വിളിക്കാൻ...!"

അവൾ വികാരം പിഴിഞ്ഞുകളഞ്ഞ ഒരു ചിരിയോടെ പറഞ്ഞു.

"ഒടുവിൽ അമ്മയുടെ ഏറ്റവും ഇളയ ആങ്ങളയുടെ മകൻ രാജേഷിനെ ഞാൻ ഫോണിൽ വിളിച്ച് വിവരം പറഞ്ഞു. മറ്റൊരോടും പറയരുതെന്ന് ശട്ടംകെട്ടി അയാളെ വിളിച്ചുവരുത്തി. എന്നെ ശകാരിച്ചിട്ടോ ആശ്വസിപ്പിച്ചിട്ടോ ഗുണമില്ല എന്നുകരുതിയാവണം രാജേഷ് നിശബ്ദനായി ഡോക്ടർമാർ പറഞ്ഞയിടങ്ങളിലെല്ലാം ഒപ്പിട്ടുകൊടുത്തു. ബില്ലുമടച്ചു."

അന്ന് രാത്രി മുത്തശ്ശൻ മരിച്ചു. അവൾ ഐ സി യു ൽ കിടന്ന് ഡ്രിപ്പിട്ടിരുന്ന കാനുലയിട്ട കൈകൊണ്ടു കണ്ണുനീർതുടച്ചു.

രാജേഷ് ഇടയ്ക്കിടെ നഴ്സുമാരോട് കാര്യങ്ങൾ തിരക്കുന്നുണ്ടായിരുന്നുവത്രെ.

അവളുടെ ഫോണിൽ അമ്മയുടെയും അനുജത്തിമാരുടെയും കോളുകൾ വന്നുകൊണ്ടേയിരുന്നു.

അടുത്ത ദിവസം മുത്തശ്ശന്റെ സംസ്കാരച്ചടങ്ങുകൾക്കായി അവളും എത്തി.രാജേഷിനൊപ്പം.

"പാവം രാജേഷ്. അയാൾ എല്ലാത്തിനും കൂടെനിന്നു"

ചെറുതായി പൊടിഞ്ഞ കണ്ണുനീർ തുടച്ച് അവൾ തുടർന്നു.

മുത്തശ്ശനെ ആസ്പത്രിയിൽ കാണാൻ വരാത്തതിൽ അമ്മയിൽ നിന്ന് ശകാരം കേട്ടുവത്രെ.

തിരയുടെ ഇരമ്പലുകൾ അവളുടെ മനസ്സിൽനിന്ന് കേൾക്കുമ്പോലെ തോന്നി.കടൽ പോലെ ഒരു പെൺകുട്ടി.

"ഞാൻ ബാംഗ്ലൂർ വിട്ടു. തിരിച്ചു ചെന്നയുടൻ റേസിഗ്നേഷൻ കൊടുത്തു. അക്ഷയ് തിരിച്ചു വന്നില്ല ബാംഗ്ലൂരേക്ക്"

വൈകാരികമായ കയറ്റിറക്കങ്ങളിലൂടെ ഒരു യാത്ര കഴിഞ്ഞിറങ്ങിയ പോലൊരു പ്രതീതി.

"ഇപ്പോൾ ഞാൻ യാത്രയിലാണ്. ബാംഗ്ലൂരിൽ നിന്ന് ട്രെയിൻ പിടിച്ച് തുടങ്ങിയ യാത്ര. ഇന്ത്യയിൽ കഴിയുന്നയത്ര യാത്രചെയ്തു. ഒറ്റയ്ക്കുള്ള യാത്രയിൽ എന്നെ തന്നെ ഞാൻ അന്വേഷിച്ചു.

'എന്തിന് എനിക്കുമാത്രം ഇങ്ങനെ??' എന്ന ചോദ്യം മനസ്സിൽ പലഘട്ടങ്ങളിൽ ഉയർന്നുവന്നതായിരുന്നു. അവയ്ക്കുള്ള ഉത്തരങ്ങൾ തേടിയായിരുന്നു യാത്ര. പകയും ദേഷ്യവും സങ്കടവും വെറുപ്പും ഒക്കെ ആഴത്തിൽ അനുഭവിച്ചുള്ള യാത്ര. ധൈര്യം തന്ന പലതിനെയും നോക്കി പുഞ്ചിരിക്കാൻ പഠിപ്പിച്ച യാത്ര. അതിൽ എപ്പോഴോ നിങ്ങളെയും ഓർത്തു. അങ്ങനെ ട്രെയിൻ ടിക്കറ്റ് തിരുവനന്തപുരത്തിനെടുത്തു. കണ്ടു കോഫി കുടിച്ച്. ഇനി അടുത്തയത്ര മ്യാന്മാറിലേക്ക്."

അവൾ നിർത്തിയപ്പോൾ പുഞ്ചിരിയോടെ ഞാൻ ചോദിച്ചു.

"ഒറ്റയ്ക്ക് ??"

അവളുടെ ദൃഷ്ടികൾ എന്നിൽ നിന്ന് കടലിലേക്കും അസ്തമയസൂര്യൻ ബാക്കി വച്ച ചുവപ്പിലേക്കും പോയി.

"അതെ ഇപ്പോൾ ഒറ്റക്കാണ്. ഒരുപക്ഷെ എന്നെങ്കിലും കൂടെ കൂട്ടാൻ പറ്റിയ ഒരാൾ വന്നാൽ അയാളും. അതിപ്പോൾ ആണോ പെണ്ണോ ആരുമാകാം. പ്രതീക്ഷകളില്ല. സ്വപ്നങ്ങളില്ല.. അടുത്ത യാത്രയ്ക്കുള്ള ചിലവിനു വേണ്ടത് ഫ്രീലാൻസ് വർക്കുകളിലൂടെ കണ്ടെത്തുന്നുണ്ട്."

ദൃഢമായ പുഞ്ചിരിയായിരുന്നു അവസാനത്തേത്.

തിരിച്ചറിവിന്റെ പുഞ്ചിരി. ജീവിതംഅന്വേഷിച്ചു പോയവരിൽ ചിലരിൽ മാത്രം ബാക്കി നിൽക്കുന്ന ഒരു ചിരി.

ക്ഷിതി.

4

ആണത്തം

"ജൂനോ ദേവതയുടെ ക്രോധം തീവ്രമായിരുന്നു."

വിർജിൽ തുടർന്നു.

"സൗന്ദര്യ മത്സരത്തിൽ വിജയിച്ച പ്രണയദേവതയായ വീനസ് വാഗ്ദാനം പാലിച്ചു. അവന് പ്രപഞ്ചത്തിലെ ഏറ്റവും സുന്ദരിയായ യുവതിയെ ഭാര്യയായി നൽകുകയും ചെയ്തു.

പക്ഷെ ട്രോജന്റെ പിന്മുറക്കാരെ വെറുതെ വിടാൻ ശനിയുടെ പുത്രി ഒരുക്കമായിരുന്നില്ല.

ദേവതകളുടെ രാജ്ഞിയായ ജൂനോ അപമാനത്തിന്റെ ക്രോധത്താൽ ചുവന്നു."

പാടത്തെ കണ്ണന്നെറ ്രകോലത്തിന് പോലും ലൈംഗികത കൽപ്പിച്ച് നൽകുമ്പോൾ, 'അവൾ' അല്ല 'അവൻ' ആണ് വെയിൽ കൊണ്ട് കാവൽ നിൽക്കേണ്ടത് എന്ന് പഠ്യധാരു പറയുന്നുണ്ട് കാലം. പുരുഷലൈംഗികത ചൂഷണം ചെയ്യപ്പെടുന്നതിനെ ന്യായീകരിക്കുന്നതായി തോന്നിയ വാക്കുകളിലൊന്നാണ് ആണത്തം. കരച്ചിൽ നിഷിദ്ധമാകുന്നിടത്ത് "ആണല്ലേ നീ" എന്ന ചോദ്യം കാരണം അമർത്തിവയ്ക്കപ്പെടുന്ന വിതുമ്പലുകൾ ഒരുപക്ഷെ പുറമെ അവനെ പരുക്കനും കാര്യശേഷിക്കാരനുമാക്കുമ്പോൾ ഉള്ളിലെവിടെയോ അത് മുറിവുകളുണ്ടാക്കുന്നു എന്ന് തീർച്ച. ഈ മുറിവുകൾ കാണാതെ പോകുമ്പോൾ, അറിയാതെ പോകുമ്പോൾ, ഒരുതരം അർബുദമായി അത് വളരുന്നു. ഒരു റേഡിയേഷനും,

കീമോയ്ക്കും, ഹോർമോൺ തെറാപ്പിക്കും കരിച്ചുകളയാൻ പറ്റാത്തവ. സാധാരണത്വത്തിൽ ജീവിക്കുന്ന അസാധാരണക്കാർ എന്നുവിളിക്കാം ഇത്തരക്കാരെ. പീഡിതർ എന്ന വാക്കിന് കാലം കൽപ്പിച്ച വ്യാഖ്യാനങ്ങളിലൊന്നും പെടാത്ത ഒരു വർഗ്ഗം. തോറ്റുപോകുന്നവന്റെ, കേൾക്കപ്പെടാതെ പോകുന്നവന്റെ നിശബ്ദ നിലവിളികൾ ഒളിയില്ലാതെ കെട്ടുപോകാറുണ്ട്. എനിക്കുചുറ്റും ഇരിക്കുന്നവരിൽ ചിലരെങ്കിലും ഇത്തരത്തിൽ കമ്പാർട്മെന്റലൈസ്ഡ് ആയിപോയവർ ആണെന്ന് ബോധ്യമുണ്ട്. എന്റെ പ്രതിഫലനമായി തോന്നിയവരുമുണ്ട് ഇവർക്കിടയിൽ.

ഒരു ഭ്രാന്തന്റെ വിലാപം എന്ന് വിശേഷിപ്പിച്ച് അവഗണിക്കാവുന്നതേയുള്ളു. അങ്ങനെയായിരുന്നു ഇതുവരെ, ഒരുപക്ഷെ ഇനിയും അങ്ങനെതന്നെയാകാം.

ഭ്രാന്താശുപത്രിയിൽ ആണ് ഞാൻ. വന്നിട്ട് മൂന്നാഴ്ചയായി.

ഇവിടെയെല്ലാവരും ഓരോരോ അക്കങ്ങളാലാണ് അറിയപ്പെടുന്നത്. ആർക്കും ആരുടെയും ശരിക്കുള്ള പേരറിയില്ല. അറിയേണ്ടതില്ല.

പ്രണയിച്ചവൾ കനിഞ്ഞപ്പോൾ ഇവിടെത്തിയ അബ്ദുവും, രണ്ടാനച്ഛന്റെ തൂങ്ങിയാടുന്ന മൃതദേഹം കണ്ട ക്രിസ്റ്റോയും, കഞ്ചാവും ചരസ്സും കൊടുത്താരോ ഇങ്ങനാക്കിയ റോഷനും, വിശ്വസിച്ച് കടംകൊടുത്തവരൊക്കെ അമാന്യന്മാരായപ്പോൾ ഇവിടെ എത്തിയ സുദേവനും, ശ്രീധരനും പിന്നെയീ ഞാനും ഒക്കെ ആണുങ്ങളാണ്. ഒരുരീതിയിൽ തങ്ങളുടെ ആണത്തം പിച്ചിച്ചീന്തപ്പെട്ടവർ.

ബോധമനസ്സിലെ കലക്കവെള്ളം എപ്പോഴെങ്കിലും തെളിയുമ്പോൾ പറഞ്ഞ കഥകളിൽ എവിടൊക്കെയോ സത്യമുണ്ടെന്ന് തോന്നാം.

അബ്ദു

'തേപ്പ്' എന്ന് പൊതുവെ അറിയപ്പെടുന്ന കലാരൂപത്തിന്റെ വൈത്യസ്തമായ ഒരിര.

സൗഹൃദം പ്രണയമായി, അതുപിന്നെ കടുത്ത്, പിരിയാൻ വയ്യാതൊക്കെ ആയത് എത്ര പെട്ടെന്നായിരുന്നെന്ന് രണ്ടാളും അറിഞ്ഞില്ലത്രേ. കണ്ടുമുട്ടലുകൾ സല്ലാപങ്ങളിൽനിന്ന് ശാരീരികാവശ്യങ്ങളിലേക്ക് മാറിയതും പെട്ടെന്നായിരുന്നു. ആവശ്യങ്ങളിൽ നിന്നത് അവകാശങ്ങളിലേക്ക് വളർന്നു. അവന്റെ

ആണ്മയിൽ അവൾ ആനന്ദിച്ചിരുന്ന കാലം. പടലപ്പിണക്കങ്ങളും തർക്കങ്ങളും ബന്ധങ്ങളിൽ പതിവാണെന്നുള്ള വായ്മൊഴി നിർബന്ധിച്ച് വിശ്വസിച്ച് അവർ തുടർന്നു. ഒടുവിൽ പിടിക്കപ്പെട്ടപ്പോൾ, പീഡകനെന്ന് അവനും ഇരയെന്ന് അവളും വിളിക്കപ്പെട്ടു. വീട്ടുകാർ കണ്ടെത്തിയ കൂടുതലായുള്ള സൗകര്യങ്ങളിലുള്ള തിളക്കം കാരണം തിരിഞ്ഞുനോക്കാൻ അവളും മടിച്ചു.

അബ്ദുവിനെ ആരോ ജാമ്യത്തിലിറക്കി.

അഭിമാനിയായ ഉമ്മ വീട്ടിൽ കയറ്റിയില്ല.

അലഞ്ഞുനടന്നു അവനെ ആരോ ഇവിടെയുമാക്കി.

ക്രിസ്റ്റോ

അമ്മയുടെ ഭർത്താവായിരുന്നു അയാൾ. എന്നുമുതലാണെന്ന് ഓർമയില്ല. അച്ഛൻ മരിച്ച ശേഷം വീട്ടിൽ കൂടിയതാണ്. കാണുമ്പോളൊക്കെ സ്നേഹമായിരുന്നു അയാൾക്ക്. സ്നേഹം തന്നേക്കാളേറെ തന്റെ ശരീരത്തിലേക്ക് തിരിഞ്ഞപ്പോൾ, നോട്ടവും, സാമീപ്യവും ഭയമുളവാക്കിയ കാലം. ഉറക്കം മറന്ന രാത്രികൾ, ആരോടും പറയാത്ത നോവുകൾ. പിന്നീട് ബാല്യം മുതൽ വേദന സമ്മാനിച്ച ഓർമ്മകൾ കൗമാരംവരെ സഹിച്ചശേഷം, തന്നെ ഒരാണായി വളരാനും ജീവിക്കാനും അനുവദിക്കാത്ത അയാളുടെ, രണ്ടാനച്ഛരന്റെ ശരീരം നാടുവിലത്തെ മുറിയിൽ തൂക്കിലേറ്റി നോക്കി നിന്ന് ചിരിച്ചതാണ് ക്രിസ്റ്റോയുടെ കഥ.

രോഷൻ

സായാഹ്ന സൊറപറച്ചിലിനിടയിൽ ആരോ കയ്യിലിപ്പിടിപ്പിച്ച പുകയിലൂടെ യവ്വനം മയങ്ങിത്തീർത്തപ്പോൾ, പട്ടിണിയിൽ ഒരു കുടുംബം മുഴുവൻ വിഷക്കുപ്പിയിൽ അഭയംതേടി. തോളത്ത് കിടത്തിയുറക്കിയ പപ്പയും, സ്നേഹിക്കാൻ മാത്രമറിയാമായിരുന്ന അമ്മയും, കുഞ്ഞനിയത്തിയും ഒരേ കല്ലറയിൽ ഉറങ്ങിയപ്പോൾ, ബാക്കിയായത് ഒരാൺതരി, രോഷൻ. തിരിച്ചുനടത്തമില്ലാത്ത ജീവിതത്തിനോട് മനസ്സപ്പോളോ വിടപറഞ്ഞ രോഷൻ.

സുദേവൻ

സൗഹൃദങ്ങളുടെ തണലുപറ്റി എന്നോ ചിലർ വാങ്ങിക്കൂട്ടിയ പണം തിരിച്ചുചോദിച്ചത് സുദേവനെ വെറുക്കപ്പെട്ടവനാക്കി. കയ്യൂക്കുള്ളവർ

അവനെ കായികമായും മാനസികമായും കൈകാര്യം ചെയ്തു. ബാക്കിവച്ചത് ഇവിടെ കൊണ്ടുവന്നെത്തിച്ചു.

ശ്രീധരൻ

തെറ്റെന്നു പഠിപ്പിച്ചവർ തന്നെ തെറ്റുചെയ്യുമ്പോൾ അതിനെതിരെ പ്രതികരിച്ചാൽ ഭ്രാന്തനാകും എന്ന തിരിച്ചറിവ് ശ്രീധരന് ഇവിടെ വന്നശേഷമാണ് ലഭ്യമായത്.

ഞാൻ

പലതവണ വെളുപ്പിനെ കറുപ്പ് എന്ന് ഏറ്റവും പ്രിയപ്പെട്ടവർ പറയുമ്പോൾ വിശ്വസിക്കുന്ന ആത്മവിശ്വാസമേ നമുക്കുള്ളൂ എന്ന് പലപ്പോഴും തോന്നിയിരുന്നു. തോന്നലല്ല, അതാണ് വാസ്തവം. മനുഷ്യബന്ധങ്ങൾ ഇത്തരം വിശ്വാസങ്ങളാകുന്ന ചീട്ടുകൊട്ടാരങ്ങൽ നിർമ്മിതമാണ്. മറ്റന്തേവാസികളെപ്പോലെ സ്നേഹിച്ചവർ ഭ്രാന്തനാക്കിയവനാണ് ഞാനും. പ്രണയിച്ചവൾക്കായി എല്ലാം വിട്ടെറിഞ്ഞിറങ്ങിയപ്പോൾ, അവൾ അപരിചിതയായി മാറിയപ്പോൾ, ഒറ്റക്കിരുന്ന എന്നെ ഒന്നാശ്വസിപ്പിക്കാൻ അവർ വരുമെന്ന് ഞാൻ കരുതി. വന്നില്ല. നാണമില്ലയ്മ കൂടെപ്പിറപ്പായതിനാൽ കിട്ടാത്തത് ചോദിച്ചുവാങ്ങാൻ പോയി. അവർ എന്നെ ഭ്രാന്തനെന്ന് വിളിച്ചു.

അവളും അവരുമെല്ലാം അതേറ്റുവിളിച്ചു. അവർക്കെന്റെ പ്രതികരണങ്ങൾ ഹരമായി മാറിയപോലെ.

വീണ്ടും വിളിച്ചു. ഭ്രാന്തൻ !

ഞാനും ചിന്തിച്ചു, എന്നെയറിയുന്നവർ, പ്രിയപ്പെട്ടവർ, അവർ പലപ്പോഴായി വിളിക്കുന്നു. ഇനി ഞാൻ ഭ്രാന്തനാണോ?

അതേ. ഇതാണ് ഭ്രാന്ത്.

ദേഹോപദ്രവം തുടങ്ങും മുൻപ് ആസ്പത്രിയിൽ ചേർക്കണമെന്ന് പറഞ്ഞത് അച്ഛനായിരുന്നു. വേണ്ടപ്പോൾ പ്രതികരിക്കാത്തവൻ ആണല്ല എന്നുപഠിപ്പിച്ചതും അച്ഛനായിരുന്നു എന്ന് ഞാനോർത്തു. അമ്മയും അനിയനും എന്റെ ഇരുകൈകളും വരിഞ്ഞുകെട്ടി. അടുപ്പക്കാർ അത്ഭുതത്തോടെ നോക്കിനിന്നു.

ലജ്ജയുടെ തരിമ്പുപോലും എന്റെ മുഖത്തന്നുണ്ടായില്ല എന്ന് അന്നെന്നെ നോക്കിനിന്നവരിൽ ചിലർ പിന്നീടെപ്പൊഴോ എന്നെ കാണാൻ വന്നപ്പോൾ പറഞ്ഞതോർത്തു.

കൂട്ടുകാരും അയലപ്ക്കക്കാരും മതിലിനിപ്പുറം കവിളത്ത് കൈകൊടുത്ത് നിന്നതേയുള്ളൂ. ആരൊക്കെയോ കൊണ്ടുപോകാനുള്ള വാഹനംഎത്തിച്ചു. എന്തൊരു നല്ല പയ്യനായിരുന്നു എന്ന് ആൾക്കൂട്ടത്തിൽ നിന്നാരോ പറയുന്നത് കേട്ട് ഞാൻ പുഞ്ചിരിച്ചു.

5

നല്ലവൻ

പത്ത് ലിറ്റർ ഗോമൂത്രവും ഒരു പിക്കപ്പ് ഓട്ടോയിൽ കൊള്ളുന്ന ചാണകവും ആണ് അവർ ആവശ്യപ്പെട്ടത്. ഗോമൂത്രം കുടിച്ച് ചാണകം ദേഹത്ത് പൂശിയാൽ കൊറോണ മാറുമെന്ന അവരുടെ അഖിലേന്ത്യ നേതാവ് പറഞ്ഞുവത്രേ.

ചാണകം കൊണ്ടുപോയി. ഒരുമണിക്കൂറിനുള്ളിൽ ഗോമൂത്രം തയ്യാറാക്കിവയ്ക്കാൻ പറഞ്ഞിട്ടാണ് പോയത്.

വെള്ളം ചേർത്താൽ ചിലപ്പോൾ കുടിച്ച് ശീലമുള്ളവർക്ക് അറിയാൻ കഴിയും.

ആകെ അസ്വസ്ഥനായി നിന്ന എനിക്ക് പെട്ടെന്നൊരു ഐഡിയ തോന്നി.

അഞ്ചുലിറ്റർ പശു തരും. ബാക്കി അടുത്തുള്ള അങ്കണവാടിയിൽ ഒന്ന് അന്വേഷിക്കാം. ഉണ്ണിമൂത്രം പുണ്യാഹം എന്നാണണ്ലോ.

കുടിക്കട്ടെ.

നല്ല ആൾത്തിരക്കുള്ള ബസ് നോക്കി നിന്ന് കാലുകഴച്ചു. സാധാരണ ആപ്പീസുകളും ഉസ്കൂളുകളും കോളേജുകളുമൊക്കെ തുടങ്ങുന്ന സമയമായതുകാരണം, നിന്നുതിരിയാൻ ഇടമില്ലാതെയാകും ബസ്സുകൾ വരിക. പുതിയ സ്ഥലം, പുതിയ അനുഭവങ്ങൾ. ഒരിക്കലും ഒരു നാട്ടിൽ ഒന്നിൽക്കൂടുതൽ തവണ ഒരേരീതിയിൽ മോഷണം നടത്തരുതെന്ന് ഈ കല അഭ്യസിപ്പിച്ച വിദ്വാൻ ഉപദേശിച്ചതിനാൽ ആണ് അന്യദേശമായ ഇവിടം തിരഞ്ഞെടുത്തത്. അറിയുന്ന

കുഞ്ഞുങ്ങൾ ഒന്നും ഇതേവരെ കടന്നുപോയില്ല. ചില വയോധികർ, "ഇവനെ ഇതിനു മുമ്പ് ഇവിടെങ്ങും കണ്ടിട്ടില്ലല്ലോ" എന്ന പതിവ് ചോദ്യം മുഖത്ത് വരുത്തി ഒന്ന് തറപ്പിച്ച് നോക്കി പോയി. പുതിയ പൂവാലാണെന്നുകരുതിയാവണം തരുണീമണികൾ ചുവരിലെ വശം ചേർന്നുനിൽപ്പുണ്ട്. അറുപതുകഴിഞ്ഞ സ്ത്രീകൾ മൂന്നുനാലുപേർ എന്റെ ചുറ്റുവട്ടത്ത് ബാക്കി. ബെൽ ബോട്ടം പാന്റും കോളർ ഉള്ള ടീഷർട്ടും പരിഷ്കാരികളുടെ വേഷമായതിനാലാവണം ചില പെൺപിള്ളേർ ഇടയ്ക്കിടെ നോക്കുന്നുണ്ട്. മുഖത്തെ കണ്ണട ഇടം കയ്യിലെ നടുവിരൽകൊണ്ട് നേരെയാക്കിയശേഷം ഞാൻ സ്റ്റൈലിൽ അവരെയൊക്കെ നോക്കി ഒന്ന് പുഞ്ചിരിച്ചു. ഗൗരവം വിടാതെ വീണ്ടും റോഡിലേക്ക് കണ്ണുനട്ടു. ചുറ്റുമുള്ളവർക്ക് സംശയം തോന്നുക എന്നതാണ് ഞങ്ങളെപ്പോലുള്ളവരുടെ പ്രധാന ശത്രു എന്നിരിക്കെ, സ്വതസിദ്ധമായ ശൈലിയിൽ "കിഴക്കേക്കോട്ടയ്ക്കുള്ള ബസ്സ്...?" എന്ന് ചോദ്യഭാവത്തിൽ ഞാൻ അടുത്തുനിന്ന വൃദ്ധയോട് ആരാഞ്ഞു. ഒരു നിമിഷം കൊണ്ട് എന്റെ പ്രായവും പക്വതയുമെല്ലാം അളന്നശേഷം അവർ എന്നെ അടിമുടി നോക്കി ബീഭൽസഭാവം മുഖത്ത് വരുത്തി "അടുത്ത് വരുന്നത് അതുതന്നെ" എന്ന് മറുപടിപറഞ്ഞു. അവരുടെ ഉത്തരത്തെക്കാൾ ഞാൻ ഭാവത്തിൽ ശ്രദ്ധിച്ചു. ഇനി എങ്ങാനും സംശയം തോന്നിത്തുടങ്ങിയോ ?

"എന്നെ അറിയാമോ അമ്മാമ്മയ്ക്ക് ?" പുഞ്ചിരിച്ചുകൊണ്ടുള്ള എന്റെ ചോദ്യം അവരിൽ പക്ഷെ പുഞ്ചിരി വരുത്തിച്ചില്ല. ഉപ്പില്ലാതെ കഞ്ഞികുടിച്ച മുഖത്തിൽ അവർ മറുപടി പറഞ്ഞു "ഇല്ല".

ആശ്വാസം..!

"അമ്മാവന്റെ മകൻ അവിടെ അടുത്ത് ജോലിനോക്കുന്നുണ്ട്, അവനെ കാണാൻ വന്നതാ. ഇത്തിരി വടക്കുന്നാ" ഇഷ്ടം പിടിച്ചുപറ്റാനാണെന്നു കരുതിയാവും അവർ അടുത്തുനിന്ന മറ്റുവൃദ്ധകളുടെ മുഖത്തേക്ക് നോക്കി എന്നോട് ഇരുത്തി ഒന്ന് മൂളി.

ഒരു സുരക്ഷയ്ക്ക് ഇവർ കയറുന്ന ബസിൽ കയറേണ്ട എന്ന തീരുമാനത്തിലെത്തി ഞാൻ.

ബീഡിവലിച്ച്, ഉടുത്തിരുന്ന ലുങ്കിയുടെ ഒരറ്റം കക്ഷംവരെ പൊക്കിവെച്ച് രോമാവൃതമായ തുട കാണുംവിധം അതുവഴി നടന്നുപോയ ഒരുവൻ പുച്ഛരഭാവത്തിൽ എന്നെ നോക്കി.

സ്ത്രീജനങ്ങൾ അവരുടെ മുഖം എതിർദിശയിലേക്കുതിരിച്ച് അവനെ അവഗണിച്ചു. കുളിച്ചിട്ട് ആഴ്ചകളായി എന്നയാൾ കടന്നുപോയപ്പോഴുള്ള ഗന്ധം വ്യക്തമാക്കി.

സ്ലീവെലെസ്സ് ബ്ലൗസ് അത്ര സാമാന്യജനപരമായ വസ്ത്രമല്ലെങ്കിലും ബസ് സ്റ്റോപ്പിന് മുന്നിലൂടെ നടന്നുപോയ ഒരു തരുണീമണി സ്ലീവെലെസ്സ് ബ്ലൗസും സാരിയുമാണ് ധരിച്ചിരുന്നത്. ആത്യന്തികമായി മോഷണം ആണ് ലക്ഷ്യമെങ്കിലും, എനിക്കും സൗന്ദര്യാരാധന എന്നും ഒരു വീക്നസ്സ് ആണ്. അവളെ കണ്ണുകൾകൊണ്ട് പിന്തുടർന്ന് കാഴ്ചമറയുംവരെയെത്തിക്കാൻ ഞാൻ ശ്രദ്ധിച്ചു. അവിടെയുണ്ടായിരുന്ന പുരുഷവൃന്ദങ്ങൾ എല്ലാവരും അഭൗമമായ എന്തോ കണ്ടപോലെ നിന്നപ്പോൾ സ്ത്രീജനങ്ങൾ പുച്ഛരഭാവത്തിൽ അവളെയും അവഗണിച്ചു.

വിചിത്ര ശബ്ദത്തോടെയുള്ള ഹോണടിച്ച് ബസ് വന്നു.

ആവശ്യത്തിന് തിരക്കുണ്ട്.

പലവിധ മാന്യന്മാരും അമാന്യന്മാരും, ഉദ്യോഗസ്ഥരും, സുന്ദരികളും, അവരുടെ ആങ്ങളമാരുമൊക്കെ തിക്കിത്തിരക്കി നിൽപ്പുണ്ട്. എന്നെ സംശയത്തിന്റെ കണ്ണുകളിലൂടെ നോക്കിയ അമ്മാമ്മ കയറുന്നില്ല എന്നുറപ്പായപ്പോൾ ഞാൻ തിരക്കിനുള്ളിലൂടെ പണിപ്പെട്ട് അകത്തുകയറി.

മനുഷ്യദേഹങ്ങൾ മുട്ടിയുരുമ്മി നിൽക്കുന്നു. അതിനിടയിലൂടെ കണ്ടക്ടർ പലകുറി ആപ്പക്കം-ഈപ്പക്കം നടക്കുന്നു. ജനാവലിയുടെ തലകൾക്കുമുകളിൽ ബസ്സിന്റെ ചലനങ്ങൾക്കനുസരിച്ച് നീങ്ങുന്ന പലനിറത്തിലുള്ള കൈകൾ. വെളുത്തതും, ഇരുണ്ടതും, വളകളിട്ടതും, മൈലാഞ്ചിയിട്ടതും, പലതരം ഘടികാരങ്ങൾ കെട്ടിയവയും, രോമാവൃതമായവയുമൊക്കെ. വിയർപ്പിന്റെ അതിരൂക്ഷഗന്ധം എവിടെനിന്നോ വരുന്നു, സ്ത്രീജനങ്ങളുടെ ഭാഗത്തുനിന്ന് പലതരം വാസനയും. കുട്ടിക്കൂറ, സന്തൂർ തുടങ്ങിയ ടാൽക്കം പൗഡറിന്റെ മണം സുഖാനുഭവമാണ്.

ചില ഞരമ്പൻമാർ സ്ത്രീജനങ്ങൾ നിൽക്കുന്നിടത്ത് പ്രതീക്ഷയോടെ നിൽക്കുന്നു. ഭയപ്പാടോടെ ചില പെൺകുട്ടികൾ ഒതുങ്ങിനിൽക്കാൻ ശ്രമിക്കുന്നു. കൊച്ചുകുട്ടികളുടെ നോട്ടം കാലുകളിലേക്കാണ്. പലവിധ ചെരുപ്പുകളിൽ ഏതാണ് തങ്ങളുടെ

പിഞ്ചുകാലുകളെ മെതിക്കാൻ പോകുന്നതെന്ന ആശങ്കയുണ്ട് അവരുടെ നോട്ടങ്ങളിൽ. ഇതിനിടയിൽ പ്രണയിക്കുന്നവരുമുണ്ട് എന്നത് ചെറുതൊന്നുമല്ലാത്ത കൗതുകത്തിന് പാത്രമായി എന്ന് പറയേണ്ടതില്ലല്ലോ. അവൾ ഇടയ്ക്കിടെ കൃഷ്ണമണിയുടെ ചലനത്താൽ മാത്രം അവനെ നോക്കുന്നു. നോട്ടം ഏതാണ്ട് ഒന്നോ രണ്ടോ നിമിഷം മാത്രം. അതുകഴിഞ്ഞു ഒരു ചെറുപുഞ്ചിരി. ചായം പുരട്ടിയ ചുണ്ടുകൾ ചിരിയിൽ തിളങ്ങുന്നുണ്ട്. കവിളുകൾ ചുവക്കുന്നുണ്ട്. എന്നാൽ മറുവശത്ത് അവൻ ലജ്ജയുടെ ലവലേശ ലാഞ്ചനപോലുമില്ലാതെ വിടർന്ന പുഞ്ചിരിയോടെ നോക്കി നിൽക്കുന്നു. ആഹാ.. പ്രണയം മനോഹരം.

വേറൊരുവശത്ത് കോളേജ് കുമാരികളുടെ അടക്കിപ്പിടിച്ച ചിരികൾ. ഉദ്യോഗസ്ഥരുടെ കുശുമ്പുപറച്ചിൽ. ആകെ ബഹളമയം.

തിരക്കിനിടയിൽ തുരന്നുനീങ്ങുന്ന കണ്ടക്ടറുടെ ശബ്ദം ബസ്സിലെ മറ്റുബഹളങ്ങൾക്കിടയിൽ ഇടയ്ക്കിടെ കേൾക്കുന്നുണ്ട്.

മുകളിലെ കമ്പിയിൽ പിടിക്കാൻ ആഞ്ഞ ഞാൻ മറ്റാരുടെയോ വിരലുകളിൽ സ്പർശിച്ചു. മൃദുലവും മിനുസ്സവുമാർന്ന മെലിഞ്ഞുനീണ്ട കൈവിരലുകൾ. ആളെ നോക്കും മുൻപുതന്നെ ഞാൻ അവളുടെ പ്രായവും ശരീരപ്രകൃതിയും ഊഹിച്ചു. സ്പർശനത്തിൽ പതിനെട്ടിനും ഇരുപതിനും ഇടയിൽ പ്രായം തോന്നിച്ച കൈകൾ, ഗൾഫ്നാടുകളിൽ നിന്നുകൊണ്ടുവന്ന ഒരുതരം അത്തറിന്റെ വാസനകൂടി വന്നപ്പോൾ ഏതോ ഗൾഫുകാരന്റെ മകളാണെന്ന് ഊഹിച്ചു. ചുരിദാറോ ദാവണി സാരിയോ ആകും വേഷം. വെളിച്ചെണ്ണ തേച്ചമുടിയുടെ ഗന്ധം പക്ഷെ കിട്ടുന്നില്ല.

മോഷണമാണ് പ്രധാന അജണ്ടയെന്ന് പറഞ്ഞ് എന്നെ പിന്തിരിപ്പിക്കാൻ ശ്രമിച്ച മനസ്സിനെ ഞാൻ അവഗണിച്ചു.

സ്പർശനസുഖത്തിലും രൂപഭാവനാമഗ്നനുമായിരുന്ന ഞാൻ ഒടുവിൽ സങ്കല്പരൂപത്തെ നേരിൽ കാണാൻ കണ്ണുകൾ തുറന്നു.

അവൾ അല്ല അവൻ !

സ്കൂൾ യൂണിഫോമിൽ ഉയരത്തിൽ കമ്പിയിൽ എത്തിപിടിച്ചു നിൽക്കുന്ന ഒരു കൗമാരക്കാരൻ. അവൻ എന്റെ സ്പർശനാസ്വാദനത്തിൽ ഞെട്ടൽ വിട്ടുമാറാതെ നിന്നു.

കൈ പെട്ടെന്ന് പിൻവലിച്ച ഞാൻ ജാള്യതമറയ്ക്കാൻ ജനലിന്റെ ഭാഗത്തേക്കുനോക്കി മുന്നിലെ തിരക്കിലൂടെ ഊർന്നുനീങ്ങി. അവൻ എന്നെത്തന്നെ തുറിച്ചുനോക്കി നിൽക്കുന്നതായി തോന്നി. മറ്റാരും ശ്രദ്ധിച്ചുകാണില്ലായിരിക്കും. ആവോ.

തൊഴിലിലേക്ക് കടക്കണം. "പ്രൊഫഷണലിസം വേണം മോഷണത്തിലും" എന്ന് ഗുരുനാഥൻ പറഞ്ഞതോർത്തു.

സ്ത്രീജനങ്ങളുടെ പലനിറത്തിലും തിളക്കത്തിലുമുള്ള വാനിറ്റി ബാഗുകൾ, പുരുഷവൃന്ദങ്ങളുടെ മണിപേഴ്സുകൾ, മാലകൾ, കുഞ്ഞുങ്ങളുടെ സ്വർണ്ണ അരഞ്ഞാണം, വിലകൂടിയ ചെയിൻ വാച്ചുകൾ തുടങ്ങിയവയാണ് ദൂഷണാസ്പദസാമഗ്രികൾ.

എന്റെ കണ്ണുകൾ പ്രായഭേദമന്യേ സ്ത്രീജനങ്ങളുടെ വാനിറ്റിബാഗുകളുടെ സിപ്പറുകളിലൂടെ സഞ്ചരിച്ച് സാധ്യതകൾതേടി. ഏതൊരു മോഷണത്തിനും മുമ്പ് രക്ഷപെടലിനൊരു വഴികൂടി കണ്ടെത്തിവയ്ക്കണം. കൃത്യം നടത്തിയയുടൻ അടുത്തുള്ള സ്റ്റോപ്പിൽ ഇറങ്ങണം, ആർക്കും സംശയം തോന്നിപ്പാത്തവിധം.

മുന്നിലെ മധ്യവസ്കനായ മനുഷ്യന്റെ കാൽസറായിയിലെ പിൻവശത്തെ പോക്കറ്റ് ഒരൽപം ഉന്തിയനിലയിലായിരുന്നു എന്ന് ഞാൻ ശ്രദ്ധിച്ചു.

മണിപേഴ്സാണ്.

ഞാൻ അദ്ദേഹത്തിന്റെ ശരീരത്തിന് പിന്നിലായി അധികമാരും ശ്രദ്ധിക്കാത്തവിധം ചേർന്നുനിന്നു. അടുത്തുനിൽക്കുമ്പോളും അവയവസ്പർശമരുത് എന്നതാണ് ഞങ്ങൾ മോഷ്ടാക്കളുടെ രീതി. അതൊരുപക്ഷേ തെറ്റിധാരണകൾക്കും, ലക്ഷ്യഭംഗത്തിനും സാധ്യതയുണ്ടാക്കിയേക്കാം.

മണിപേഴ്സിന്റെ തള്ളൽകണ്ട് ഉള്ളിലെ കറൻസിയുടെ എണ്ണംപറയുന്ന വിദ്വാന്മാർ ഞങ്ങൾക്കിടയിലുണ്ടെങ്കിലും ഞാൻ അതിനിതുവരെ മുതിർന്നിട്ടില്ല.

ഇനി കൃത്യം കഴിയുംവരെ ശ്വാസമടക്കിപ്പിടിച്ചുള്ള നിമിഷങ്ങളാണ്. ചുറ്റുമുള്ള പുരുഷവൃന്ദം ആരോഗ്യത്തിൽ മോശമല്ലാത്ത ശരീരപ്രകൃതമുള്ളവരാണ്. രക്ഷാമാർഗം അല്പം അകലെയായതിനാൽ കൃത്യനിർവഹണത്തിനു ശേഷമാണ് സാമർഥ്യം കാണിക്കേണ്ടത്.

മനസ്സുറപ്പിച്ചശേഷം മുഖത്ത് ഭാവവ്യത്യാസങ്ങളില്ലാതെ അകലേക്ക് നോക്കി നിന്ന് വലതുകൈ കൂർമ്മഗതിവേഗത്തിൽ ചലിപ്പിച്ച് അയാളുടെ മണിപേഴ്സെടുത്തു. ആദ്യമല്ലെങ്കിലും ഏതൊരു മോഷണവും ഹൃദയതാളം വേഗതയിലാക്കുന്നതായി ഞാൻ ശ്രദ്ധിച്ചിട്ടുണ്ട്. ഭയമില്ല, കൃത്യത്തിന്റെ കൃത്യതയിലെ ആശങ്കയാവാം എന്നാശ്വസിച്ചു.

ബസ്സിന്റെ പുറത്തിറങ്ങുംവരെയുള്ള സമയം ആപച്ചരക തോന്നിയാൽ പേഴ്സ് ഉപേക്ഷിക്കേണ്ടിവരും. അതിനാൽ ഉടൻതന്നെ അതുകാലിയാക്കി നിലത്തിടണം. അതിലെ കറൻസി മുഴുവൻ ഞാൻ എന്റെ പാന്റ് ബെൽറ്റിന്റെ ഇടയിൽ വച്ച് മണിപ്പേഴ്സ് നിലത്തിട്ടു.

നിമിഷങ്ങൾ കടന്നുപോയി. തിരക്കിന് ശമനമില്ല. ബസ് നിർത്താനുള്ള അടുത്ത ബില്ലിനായി കാത്തുനിന്ന നിമിഷങ്ങൾ.

'ആളിറങ്ങണം' എന്നുപറഞ്ഞു വേണമെങ്കിൽ ബസ് നിർത്തിക്കാം. പക്ഷെ അത് സംശയത്തിനിടനല്കിയേക്കാം. പ്രത്യേകിച്ച് ആദ്യമായി ഇതുവഴി യാത്രചെയ്യുന്നൊരാൾ എന്ന നിലയ്ക്ക്. അതുകൊണ്ടു ഗുരുവിന്റെ ഉപദേശം പോലെ "ക്ഷമയാണ് നല്ല ഒരു മോഷ്ടാവിന്റെ ഏറ്റവും അഭിലക്ഷണീയമായ ഗുണം" എന്നതോർത്തു.

"എന്റെ മണിപ്പേഴ്സ് കാണുന്നില്ല. മോഷണം പോയി.." മുന്നിൽ നിന്ന് മറ്റൊരാളുടെ നിലവിളി.

ഞാൻ ഞെട്ടാതിരുന്നില്ല. പക്ഷെ സ്വാഭാവികപ്രതിചേഷ്ടകളോടെ നിന്നു.

"ബസ് പോലീസ് സ്റ്റേഷനിലേക്ക് പോകട്ടെ"

ഒരു വിദ്വാന്റെ ശബ്ദം പിന്നിൽനിന്നുകേട്ടു.

ഒരേയിടത്തിൽ രണ്ടു മോഷ്ടാക്കൾ.. രണ്ടാൾക്കും അപകടമാണ്. നൈതികമായ ന്യായീകരണം സാധ്യമല്ലാത്ത പിഴ. എന്നാലും ആരാവും..??

"അതെ, അങ്ങനെവിട്ടാൽ പറ്റില്ലല്ലോ.." ഞാൻ സധൈര്യം ശബ്ദിച്ചു. മറ്റുപലരും അതാവർത്തിച്ചുപറഞ്ഞു.

ഒരൽപം ഭയപ്പാടോടെയാണെങ്കിലും ഞാൻ എന്റെ ഇരയുടെ പിന്നില്നിന്നൊരല്പ അകലം പാലിക്കാൻ ശ്രമിച്ചു.

ഒരാളുടെ അനുഭവം കേട്ടിട്ടാവണം ഞാനൊഴികെ സകലരും അവരവരുടെ മണിപേഴ്സുകൾ തപ്പി.

"എന്റെയും കാണാനില്ല" എന്റെ ഇരയുടെ നിലവിളി.

സകലരുടെയും ശ്രദ്ധ ഞങ്ങളുടെ ചുറ്റുവട്ടതായി. സ്വാഭാവിക പ്രതികരണമെന്ന നിലയിൽ ഞാനും ചുറ്റും നോക്കി. നിലത്തയാളുടെ മണിപ്പേഴ്സ് കിടന്ന ഭാഗത്തേക്ക് ചൂണ്ടി ആരോ വിളിച്ചുപറഞ്ഞു.

"ദാ ഇതാണോ ?"

അയാളത് കയ്യിൽ വാങ്ങി തുറന്നു.

"അതെ..ഇതുതന്നെ, പക്ഷെ അതിലുണ്ടായിരുന്ന പൈസയില്ല. ആശുപത്രിയിൽ അടയ്ക്കാനുള്ളത്താണ്."

അയാൾ നിലവിളിക്കാൻ തുടങ്ങി.

"ഇതിൽ ആരോ ഒരാൾ മോഷ്ടാവാണ്"

എല്ലാം ആദ്യം നടന്ന മോഷണത്തിന്റെ ഭാഗമാണെന്നു വരുത്തിത്തീർത്താൽ സങ്കീർണ്ണത ഒഴിവാക്കാം എന്നുകരുതി ഞാൻ പറഞ്ഞു.

ആരൊക്കെയോ അത് ശരിവച്ചു.

എന്റെ ഇരയുടെ നിലവിളികേട്ട് തിരക്കിനിടയിലൂടെ ഊളിയിട്ട് ഒരു സ്ത്രീ അവിടെയെത്തി. കയ്യിൽ ഒരു കൈക്കുഞ്ഞുമുണ്ടായി. ഓമനത്വമുള്ള ഒരു പെൺകുട്ടി. അവളുടെ തല മുണ്ഡനം ചെയ്തിരുന്നു. കണ്ണുകൾ കുഴിഞ്ഞുതാഴ്ന്നിരുന്നു. ക്ഷീണം കാരണം അവൾ പാതിയടഞ്ഞ കണ്ണുകൾകൊണ്ട് ചുറ്റും വീക്ഷിക്കുകയായിരുന്നു.

ആ സ്ത്രീയുടെ മുഖത്ത് വല്ലാത്ത ആവലാതിയുണ്ട്. ചുറ്റുമുള്ളവർ അവരെ ആശ്വസിപ്പിക്കാൻ ശ്രമിക്കുന്നുണ്ട്. അവരുടെ കരച്ചിൽ കുഞ്ഞിനേയും പ്രകോപിപ്പിച്ചുവെന്ന് പറയേണ്ടതില്ലല്ലോ. പക്ഷെ അവൾ ചുണ്ടുചുളിച്ചതല്ലാതെ കരഞ്ഞില്ല. ഇപ്പോൾ അവരുടെ ശബ്ദം മാത്രം.

"എത്ര രൂപയുണ്ടായിരുന്നു മണിപേഴ്സിൽ?"

അതിനിടയിൽ ആരോ ചോദിച്ചു.

"പതിനായിരം"

വൈഷമ്യനായ എന്റെ ഇര കാലിയായ ആ പേഴ്സ് നോക്കി മറുപടിപറഞ്ഞു.

ഞാൻ നിഷ്കളങ്കനായി എല്ലാം നോക്കി നിന്നു.

ഇത്തരത്തിലുള്ള എല്ലായിടത്തും സാന്നിധ്യമറിയിക്കാറുള്ള ചില പ്രായംചെന്ന സ്ത്രീകളുണ്ടാകും.

"എടുത്തവൻ ആരായാലും അവൻ അനുഭവിക്കും മോളെ. നീ ആശ്വസിക്കൂ"

ലോലഹൃദയനായ ഒരുകള്ളനെ തളർത്താൻ ഇതുമതി.

ഞാൻ പാറപോലെ ഉറച്ചുനിന്നു, ആർക്കും സംശയം തോന്നിപ്പിക്കാതെ.

ബസ്സ് ഓടിക്കൊണ്ടേയിരുന്നു.

പോലീസ് സ്റ്റേഷനുമുന്നിൽ നിന്ന ബസ്സിൽ നിന്നു ആദ്യ മോഷണം നടത്തിയവനെപോലും കിട്ടിയില്ല. എല്ലാവരും നിരാശരായി.

അപ്പോഴും കരഞ്ഞുകൊണ്ടിരുന്ന ആ പെണ്‍കുഞ്ഞു എന്റെ മുഖത്തേക്ക് നോക്കി. എന്തോ മനസ്സിലായപോലെ.

ആ കുഞ്ഞിന്റെ മുഖത്തേക്ക് ഇടയ്ക്കിടെ നോക്കിയ എന്റെയുള്ളിൽ എവിടെയോ ഒരു കൊളുത്തിവലിക്കൽ തോന്നി.

"പതിനായിരമല്ലേ.. കുഞ്ഞിന് വേണ്ടിയല്ലേ..ഞാൻ തരാം.." ആ ശബ്ദം എന്റെയുള്ളിൽ നിന്നു വന്നതാണ്.

നിശബ്ദത.

"ഇതാ.. മറ്റൊരാവശ്യത്തിനെടുത്തതാണ്. എങ്കിലും കുഞ്ഞിന് വേണ്ടി വച്ചിരുന്നത് കൈമോശം വന്നതുകൊണ്ട് ഇതെടുത്തോളു.." എന്റെയുള്ളിലെ മറ്റാരോ പറഞ്ഞപോലെ.

അയാൾ തൊഴുതുകൊണ്ടു അതുവാങ്ങി. നന്ദിയോടെ ആ സ്ത്രീയും എന്നെനോക്കി. ആ കുഞ്ഞു എന്‍റെ മുഖത്തേക്ക് നിർവികാരയായി നോക്കിനിന്നു.

"ഇങ്ങനെ ചില നല്ല മനുഷ്യർ ഉള്ളതുകൊണ്ട് ഭൂമി ഇപ്പോഴും ഇതുപോലെ നിൽക്കുന്നു.."

മുഖവും മനസ്സും നിറഞ്ഞ കൃതജ്ഞതയോടെ ആ സ്റ്റേഷനിലെ ഒരു പോലീസുകാരൻ പറഞ്ഞു.

ചാരിതാർഥ്യം മുഖത്തുവരുത്തി ഞാൻ നടന്നകന്നു, ഒരുപക്ഷെ ആദ്യമോഷണം നടത്തിയവന് എന്നെ മനസ്സിലാക്കിക്കാണും എന്ന തോന്നലിൽ.

6

എമ്പ്രാട്ടി

ഒറ്റയ്ക്കുള്ള യാത്രയുടെ കാരണം തിരക്കി കൂടിയതാണയാൾ. നഷ്ടങ്ങളുടെ ഭണ്ഡാരം ആരെന്നറിയാത്ത ആ അപരിചിതനുമുന്നിൽ തുറക്കാൻ ഞാൻ അധികം ചിന്തിച്ചില്ല. അയാൾ ആശ്വാസവാക്കുകൾ കൊണ്ട് എന്നെ തഴുകി. കുടിക്കാൻ വെള്ളം തന്നു. തെല്ലും സംശയം തോന്നിയില്ല. ഒടുവിൽ അതിൽ കലർത്തിയ വിഷം എന്റെ ഞരമ്പുകളെ മുറുക്കിത്തുടങ്ങിയപ്പോൾ ഞാൻ തിരിച്ചറിഞ്ഞു..അയാൾ എന്നെ അനുഗമിക്കുകയായിരുന്നു. കൊല്ലാൻ. അവർ പറഞ്ഞുവിട്ട കൊലയാളി.

ഞാൻ മരിച്ചുവെന്നുറപ്പാക്കിയ അയാൾ തോർത്തുമുണ്ട് വീണ്ടും തലയിൽ കെട്ടി അടുത്ത സ്റ്റോപ്പിൽ ഇറങ്ങി. തണുത്തുറഞ്ഞ എന്റെ ശരീരം പിൻസീറ്റിൽ ചാരിവച്ചശേഷം.

ৎ

തീവണ്ടിയിലെ തിരക്കുകൂടിയപ്പോൾ ഞാനുണർന്നു. തിരുവനന്തപുരത്തുനിന്നും കൊല്ലത്തേക്ക് അച്ഛന്റെ തറവാട്ടു വീട്ടിലേക്ക് പോവുകയാണ്.

അല്ല. പറഞ്ഞയക്കുകയാണ്..!

എന്തിന് എന്ന ചോദ്യം പിന്നീടാകാം !

തീവണ്ടിയാത്ര പരിചിതമല്ലാത്തതിനാലാവണം തിരക്കിന്റെ അപരിചിതമായ ഗന്ധം എനിക്ക് അനുഭവപ്പെട്ടു. ആദ്യമായി ഒറ്റക്ക് യാത്ര ചെയ്യുന്നതിന്റെ ആവേശമൊന്നും ഉണ്ടായില്ല.

ഒന്നര മണിക്കൂർ ട്രെയിൻ യാത്ര മാത്രമായിരുന്നെങ്കിലും മനസ്സിൽ വല്ലാത്ത ഒറ്റപ്പെടലും വിഷാദവും നിഴലിച്ചു. അച്ഛനുമായി ചിലവഴിച്ച സമയം ജീവിതത്തിൽ നന്നേ കുറവായിരുന്നു. എനിക്ക് മൂന്നുവയസ്സുള്ളപ്പോൾ അബുദാബിയിൽ ജോലിക്കു പോയതായിരുന്നു അച്ഛൻ. പിന്നെ ഇടയ്ക്കു കിട്ടുന്ന ചെറു അവധികളിൽ നാട്ടിൽ വരും. എപ്പോഴൊക്കെയോ എന്നെ സ്കൂളിൽ കൊണ്ടുവിടുമായിരുന്നു. വിരളമായി ഞങ്ങളൊരുമിച്ചിരുന്നു ഭക്ഷണം കഴിച്ചിട്ടുണ്ട്.

കൊല്ലം ജംഗ്ഷൻ.

ട്രെയിൻ സ്റ്റേഷനിൽ എത്തി നിർത്തും മുൻപുതന്നെ ജനക്കൂട്ടം ഇടുങ്ങിയ വാതിലിലൂടെ തള്ളിക്കയറാൻ തുടങ്ങി. ഇനി ഒരിക്കലും തീവണ്ടിയിൽ ഒരുയാത്ര ഉണ്ടാവില്ല എന്ന് മനസ്സിൽ ശപഥംചെയ്ത് വല്ലവിധേനയും ഞാൻ പുറത്തെത്തി.

അച്ഛരമ്മ ഡ്രൈവറെ അയച്ചിരുന്നു. തിരക്കിനിടയിലും എന്നെ ആദ്യമായി കാണുന്ന അയാൾ തിരിച്ചറിഞ്ഞതിൽ ഞാൻ തെല്ലൊന്ന് അത്ഭുതപ്പെട്ടു. തിരുവനന്തപുരത്ത് നിന്ന് അച്ഛൻ തന്നുവിട്ട സാധനങ്ങൾ കാറിലേക്ക് ലോഡ്ചെയ്ത പോർട്ടർമാരോട് ഡ്രൈവർ വഴക്കിടുന്നത് കൗതുകത്തോടെ ഞാൻ നോക്കിനിന്നു. അവരുടെ തട്ടകത്തിൽ അവരെ തോൽപ്പിച്ചതിലുള്ള അഹങ്കാരം തെല്ലും കുറയ്ക്കാതെ എന്നെ നോക്കി പുഞ്ചിരിച്ചുകൊണ്ട് അയാൾ കാറിൽ കയറി. പക്ഷേ യാത്രയിലുടനീളം തോന്നിയ അസ്വസ്ഥത കാരണം, തിരിച്ച് ഒരു സൗഹൃദ പുഞ്ചിരി പോലും നൽകാൻ എനിക്ക് ബുദ്ധിമുട്ടുതോന്നി. നിർവികാരയായി ഞാൻ പുറത്തെ കാഴ്ചകളിലേക്ക് പോയി.

ഇനിയുള്ള കൗമാരം യവ്വനമെത്തുംവരെയും ഈ നാട്ടിലാണ് ജീവിതമെന്ന തോന്നൽ മനസ്സിലേക്ക് തള്ളിക്കയറാൻ ശ്രമിക്കുന്നുണ്ട്.

പുതിയ സ്ഥലം, പുതിയ മനുഷ്യർ എന്ന ആശങ്കയും മനസ്സിന്റെ കോണിലെവിടെയോ കയറിക്കൂടിയിട്ടുണ്ട്.

അരക്ഷിതാവസ്ഥ തിളച്ചുമറിയുന്ന ഈ വേളയിൽ ബാക്കിയുണ്ടായിരുന്ന ശുഭാപ്തിവിശ്വാസവും എന്നെ കൈവെടിയുന്നുണ്ടോ എന്നിടയ്ക്ക് ഞാൻ തിരഞ്ഞുകൊണ്ടിരുന്നു.

കാറിന്റെ പിൻസീറ്റ് കാണുന്ന കണ്ണാടിയിലൂടെ ഡ്രൈവർ ഇടയ്ക്കിടെ നിരീക്ഷിക്കുന്നതായി ഞാനറിഞ്ഞു. ബാക്കിവച്ച പുഞ്ചിരി

നൽകാത്തത് അയാളെ അതൃപ്തനാക്കി എന്നാണു ആദ്യം കരുതിയത്. പുഞ്ചിരി മറുപടിയായി നൽകിയശേഷവും ആ നോട്ടം അസ്വസ്ഥമായി തുടർന്നുകൊണ്ടേയിരുന്നു.

തോന്നലുകളും ചിന്തകളും ഓർമ്മകളും മനുഷ്യരായി പിറന്നവരുടെ കൂടെപ്പിറപ്പുകളാണ്. അവ ചിലപ്പോൾ ആശ്വാസമായും മറ്റുചിലപ്പോൾ ഉത്തരങ്ങളായും നോവുകളായും വന്നുപോകാറുണ്ട്.

മുന്നിൽ പുതിയ സ്ഥലം, പുതിയ ജനം, പുതിയ അനുഭവങ്ങൾ.

ഇഴുകിചേരണം എല്ലാത്തിനോടും.

കൊല്ലത്തിന്റെ അന്തരീക്ഷത്തിൽ മിക്കവാറും പുകയും കശുവണ്ടി വറുത്തതിന്റെ മണവുമാണെന്ന് അമ്മ പറഞ്ഞ ഓർമ്മയുണ്ട്.

കുഴികളിൽ ചെളി നിറഞ്ഞ വഴികളിലൂടെ, ഇരുവശത്തും വലിയ മരങ്ങളുള്ള അനന്തമായ പാതയിലൂടെ ഞങ്ങളുടെ കാർ മുന്നോട്ട് നീങ്ങി. ഇരയെ വിഴുങ്ങാൻ നിശബ്ദമായി കാത്തിരിക്കുന്ന പെരുമ്പാമ്പുകളെപ്പോലെ മരങ്ങളുടെ ശിഖരങ്ങൾ തോന്നിച്ചു. ഇടതൂർന്ന ഇലകൾക്കിടയിലൂടെ സൂര്യൻ ഇടയ്ക്കിടെ ഒളിഞ്ഞുനോക്കുന്നത് വിരുന്നുകാരിയായ എന്നെ കാണാൻ ശ്രമിക്കുന്നതുപോലെയായിരുന്നു.

പിന്നിലേക്ക് കൗതുകം കൊണ്ടപ്പോഴൊ തിരിഞ്ഞുനോക്കുമ്പോൾ ആ വന്മരങ്ങൾ തമ്മിലെന്തൊക്കെയോ പറയുന്നതായി തോന്നി.

ഇടയ്ക്ക് കാർ ആഴത്തിലുള്ള കിടങ്ങുകളിലേക്ക് വീഴാൻ പോകുന്നതായും, ചിലപ്പോൾ കുത്തനെയുള്ള മലകയറുന്നത് പോലെയുമൊക്കെ തോന്നി.

കുന്നുകളും താഴ്വരകളും കടന്ന് ഞങ്ങൾ ഒടുവിൽ കൊല്ലം ജില്ലയുടെ ഉള്ളറയിലെവിടെയോ സ്ഥിതിചെയ്യുന്ന തറവാട്ട് വീട്ടിലെത്തി.

തുറന്നു കിടന്ന ഗേറ്റ്, ഞാൻ വരുന്നു എന്ന അറിവിൽ നിന്നാക്കാം എന്നൂഹിച്ചു.

അതെ.

വിരുന്നുകാരിയായ എന്നെ സ്വീകരിക്കാൻ കുറെ വയസ്സികളും ചില മധ്യവസ്കരായ പണിക്കാരും ഒന്നുരണ്ട് സ്ത്രീകളുമുണ്ട്.

ഗേറ്റ് കടന്ന് കാർ ഓടുമേഞ്ഞ ഇരുനിലയുള്ള ആ വീടിന്റെ മുറ്റത്ത് ചെന്ന് നിന്നു.

അവരിലാരോ കാറിന്റെ ഡോർ എനിക്കുവേണ്ടി തുറന്നുതന്നു.

"മോളേ....രാവിലെ മുതൽ ഞാൻ നിന്നെ കാത്ത് നിൽപ്പാണ്.. നീ അവിടുന്ന് തിരിച്ചിട്ടുണ്ട് എന്ന് മുരളി വിളിച്ച് പറഞ്ഞിരുന്നു"

ബാല്യത്തിലെന്നോ കണ്ടതാണ് അച്ഛരമ്മയെ. അവരുടെ ശബ്ദത്തിനു മാറ്റമൊന്നുമുള്ളതായി തോന്നിയില്ല.

എന്റെ തലയിൽ കൈവച്ച് അച്ഛരമ്മ തുടർന്നു.

"എന്തെങ്കിലും കഴിച്ചോ നീയ്..? ദൈവമേ!!! നോക്ക്... നീ ആകെ മെലിഞ്ഞു പോയി..

എനിക്ക് 'നീ' എന്ന ആ വിളി അത്രയ്ക്ക് സുഖിച്ചില്ല..

"പ്രിയ..അതാണ് എന്റെ പേര്, 'നീ' എന്ന് എന്നെ വിളിക്കണ്ട.. എനിക്കതിഷ്ടമല്ല"

അച്ഛരമ്മയുടെ ആവലാദിക്കിടെ ഞാൻ തിരുത്തി.

ഏവരും ഒന്ന് നിശബ്ദരായി തമ്മിൽ നോക്കി. അച്ഛരമ്മ തെല്ലൊന്നു ഞെട്ടിയെങ്കിലും പെട്ടെന്നുതന്നെ പുഞ്ചിരി തിരിച്ചുകൊണ്ടുവന്നു.

അവിടെയുള്ള ചില സ്ത്രീകൾക്ക് എന്നെയറിയാംപോലും. നന്നേ ചെറുപ്പത്തിൽ ഞാനിവിടെ വന്നിട്ടുണ്ടത്രെ. പുതിയ ആൾക്കാർക്ക് അച്ഛരമ്മയുടെ വക പരിചയപ്പെടുത്തലും.

"മോന്റെ കുട്ടിയാണേ.. തിരുവനന്തപുരത്തെ വലിയ സ്കൂളിലാ പടിക്കണേ..!"

എല്ലാവരും ആചാരപ്പുഞ്ചിരിയോടെ തലയാട്ടി.

അവൻ പറയാറുള്ള എന്റെ ഉടയക്കണ്ണുകൾ ഫൊണ്ട് ഞാൻ എല്ലാവരെയും നോക്കി.

തേക്കിന്റെ ഗന്ധമുള്ള ഇരുണ്ട ആ വരാന്തയിലേക്ക് ഡ്രൈവർ എന്റെ ബാഗുകൾ ഓരോന്നായി എടുത്തുവച്ചു.

"മുകളിലെ മുറിയിലേക്ക് വച്ചോളു കുമാരാ..!"

മുത്തശ്ശിയുടെ ആജ്ഞാസ്വരം ഡ്രൈവർ അനുസരിച്ചു.

നിരന്നുനിന്ന പരിചാരകവൃന്ദത്തെ നോക്കി പുഞ്ചിരിച്ചുകൊണ്ട് അച്ഛരമ്മ പറഞ്ഞു.

"ഇവരൊക്കെയാണ് അച്ഛരമ്മയുടെ കൂട്ട്"

കൂട്ടത്തിൽ അരപ്പാവാടയുടുത്ത ഒരു കൊച്ചുപെൺകുട്ടിയുമുണ്ടായിരുന്നു. അവൾ മറ്റൊരു സ്ത്രീയുടെ

ദേഹത്തോട്ടിനിൽക്കുന്നുണ്ടായിരുന്നു. ഇരുണ്ട നിറമുള്ള ഒരു സുന്ദരി.

ഇഷ്ടമില്ലാതെയാണ് എന്റെ വരവെന്ന് അവരിലാർക്കൊക്കെ മനസ്സിലായെന്നെനിക്കറിയില്ല. പക്ഷെ ഏവരും ബഹുമാനം കലർന്ന പുഞ്ചിരിയോടെ നോക്കിനിന്നു.

"വാ മോളെ.. ഞാൻ മുറി കാണിച്ചുതരാം. അച്ഛമ്മയുടെ കാച്ചിയ എണ്ണയൊക്കെ തേച്ച് ഇനി മോൾടെ മുടിയൊക്കെ നേരേയാക്കണം"

എന്റെ ഇടംകൈപിടിച്ച് തണുത്ത, ഇരുണ്ട മുറികളിലൂടെ അവർ നടന്നു. ചുവരിൽ അങ്ങിങ്ങായി നിറംകുറഞ്ഞ ചിത്രങ്ങൾ.ഇടയ്ക്കിടെ ഗുരുവായൂരപ്പനും ചോറ്റാനിക്കര ദേവിയുമൊക്കെ ഉണ്ട്. ഒരു മുറിയുടെ ഉള്ളിലൂടെവേണം മറ്റൊന്നിൽ കടക്കാൻ. ചിലപ്പോഴൊക്കെ വിചിത്രമായി തോന്നിയ ഒന്ന് ഇതുതന്നെ ആയിരുന്നു.

മുകളിലത്തെ നിലയിലേക്ക് കയറാനുള്ള പടിക്കെട്ടുകൾ തടികൊണ്ടുള്ളവയാണ്. സാധാരണയിലും കുത്തനെയുള്ള പടികൾ. പടിയിലൂടെ നടന്നുകയറുമ്പോൾ വലിയ ശബ്ദമുണ്ടാക്കും. പണ്ടെപ്പോഴോ ഇവിടെയൊക്കെ ഞാൻ ഓടിക്കളിച്ചിരുന്നു എന്ന അച്ഛമ്മയുടെ വാദം ഓർമ്മയില്ലെങ്കിലും ഞാൻ തലകുലുക്കി സമ്മതിച്ചു.

കോണിപ്പടിയുടെയും എന്റെ പാദസരത്തിന്റെയും കുപ്പിവളകളുടെയും ശബ്ദം താളത്തിൽ കേൾക്കുന്നു. മുറിയിൽ സാധനങ്ങൾ വച്ചശേഷം കുമാരൻ തിരിച്ചിറങ്ങാൻ വന്നു. ഒരാളുടെ വീതി മാത്രമുള്ള പടിയുടെ അരികിൽ അയാൾ കാത്തുനിന്നു, ഞങ്ങൾക്കുശേഷം പോകാൻ.

കോണിപ്പടിയുടെ ഇടതുവശത്തായി ഒരു വാതിൽ.അതാണ് ഇനി എന്റെ മുറി.

വാതിൽപ്പടിയുള്ളതിനാൽ കാലുയർത്തിവേണം മുറിയിലേക്ക് കയറാൻ. തടിയുടെ ചുവരുകളും നിറയെ ജന്നലുകളുമുള്ള വലിയ ഒരു മുറി. ഒരറ്റത്തു ആട്ടുകട്ടിലും മറുവശത്ത് ഒരു മേശയും കസേരയും.വീടിന്റെ പടിഞ്ഞാറേ പറമ്പിലേക്ക് തുറക്കുന്ന ജന്നലിന്റെ മുന്നിലാണ് മേശ. മേശയോട് ചേർന്ന് ഉയർന്ന ചാരുള്ള ഒരു കട്ടിൽ. അതിന്റെ താഴെ എന്റെ ബാഗുകൾ കുമാരൻ വച്ചിരിക്കുന്നു.

മാറ്റുവാതിലുകളില്ല മുറിയിൽ. തിരുവനന്തപുരത്തെ പോലെ അറ്റാച്ചഡ് ബാത്രൂം ഇല്ല.

"കുളിമുറി പുറത്താണ്"

എന്റെ മനസ്സുവായിച്ചപോലെ അച്ഛമ്മ പറഞ്ഞു.

കുമാരൻ പടിയിറങ്ങുന്ന ശബ്ദം കേൾക്കാമായിരുന്നു.

"മോളൊന്ന് കിടക്ക്.. അച്ഛമ്മ ഉച്ചയൂണിന്റെ കാര്യം നോക്കട്ടെ ..."കഴിക്കാൻ എന്തേലും കൊണ്ടുവരാൻ പറയട്ടെ ?"

ജനലിലൂടെ പറമ്പിലെവിടെയോ പറന്നുനടന്ന താലിക്കുരുവി ചിലയ്ക്കുന്നത് ശ്രദ്ധിച്ചുനിന്ന എന്നോട് സ്നേഹം നിറഞ്ഞ തലോടലോടെ അച്ഛമ്മ ചോദിച്ചു.

"വേണ്ട അച്ഛമ്മേ. ഞാൻ ട്രെയിനിൽ വച്ച് കേക്ക് കഴിച്ചു. വിശപ്പില്ല. ഒന്നുറങ്ങണം."

പണിക്കാരൊക്കെ ഉണ്ടെങ്കിലും സ്വന്തം കൈ ചെന്നെത്തിയതേ അച്ഛമ്മയ്ക്ക് തൃപ്തിയുണ്ടാകുകയുള്ളു ഏതിനും എന്നമ്മ പറഞ്ഞതോർത്തു.

ചെറുപുഞ്ചിരിയോടെ ഞാൻ തലകുലുക്കി. അവർ പടിയിറങ്ങി.

ആറുമക്കളെ പ്രസവിച്ച അച്ഛമ്മ പത്തു വർഷത്തോളമായി തറവാട്ടു വീട്ടിൽ തനിച്ചാണ്. ആറിൽ ഒരാൾ മരിച്ചു. ഒരേയൊരു പെൺകുട്ടി. ബാക്കിയുള്ള അഞ്ചു ആൺമക്കൾ പലയിടങ്ങളിലായി കുടുംബമായി താമസിക്കുന്നു. ഓർമ്മകളും പണിക്കാരും ആകുലതകളുമായി അച്ഛമ്മ ഈ വലിയ വീട്ടിൽ ജീവിക്കുന്നു.

എൺപത്തിനുമുകളിൽ പ്രായമുണ്ട്. ഇരുണ്ടകരയുള്ള നേര്യതും ഇരുകൈകളിലുമുള്ള ഓരോ സ്വർണ്ണവളകളും അവരിലെ ആഢ്യത്വം നിലനിർത്തുന്നതായി തോന്നി. മുഖത്തും കൈകളിലുമുള്ള ചുളിവുകൾ പ്രായത്തെ അതിജീവിക്കുന്ന ഭംഗി നൽകുന്നു.

പടിഞ്ഞാറേപ്പറമ്പിൽ പച്ചക്കറിത്തോട്ടമുണ്ട്. വെണ്ട, വഴുതന, മത്തൻ, ബീൻസ് തുടങ്ങി പലയിനം അങ്ങിങ്ങായി നിൽക്കുന്നു. ഇവയ്ക്കിടയിലായി കശുമാവുകളും പ്ലാവുകളും കാണാം.

ഉരുണ്ട തടികളാണ് ജന്നലിൽ കമ്പിക്കുപകരമായുള്ളത്. അവയിൽ മുഖമമർത്തി പറമ്പിലെ പച്ചപ്പിനെ നോക്കിനിന്നപ്പോൾ മനസ്സെവിടെയൊക്കെയോ സഞ്ചരിച്ചു. പ്രണയം പാപമാണെന്നു പറഞ്ഞു നാടുകടത്തിയ അച്ഛനെയും അതിനു കൂട്ടുനിന്ന അമ്മയെയും ഞാനോർത്തു. എന്നെക്കാണാനായി ഞാനുണ്ടെന്നുകരുതി വീടിന്റെ മുന്നിലായി സൈക്കിൾ ചെയിൻ

ഊരിയിട്ട് നന്നാക്കുന്ന അവനെയും ഓർത്തു. കുറെ നാൾ കാണാതെവരുമ്പോൾ അവൻ വരില്ലായിരിക്കും. പതിയെ മറക്കുമായിരിക്കും.

പ്രണയം മരിക്കുന്നത് കാക്കകളെപോലെയാണെന്ന് ആരോ പറഞ്ഞതോർത്തു.

ചിന്തകളുടെ ശൂന്യതയിലേക്കെപ്പോഴോ വീണ ഞാൻ ഉറങ്ങി. എഴുന്നേറ്റപ്പോൾ സമയം വൈകുന്നേരം മൂന്ന് മണിയോടടുത്തിരുന്നു. ധരിച്ചുവന്ന ചുരിദാർ മാറ്റി പാവാടയും ബ്ലൗസുമിട്ടു.

കോണിപ്പടിയുടെ ശബ്ദം കേട്ടയുടൻ അച്ഛരമ്മ പേരുവിളിച്ചു. മോളെന്നും പ്രിയയെന്നും മാത്രം വിളിച്ചു. 'നീ' എന്ന് വിളിക്കുന്നത് ഇഷ്ടമല്ല എന്നുപറഞ്ഞതവർ ഓർത്തുവച്ചു.

അടുക്കളപ്പടിയിലിരുന്ന് കുഞ്ഞുലക്ഷ്മി അച്ഛരമ്മയോട് എന്തൊക്കെയോ പറയുകയായിരുന്നു.

"ലക്ഷ്മിയമ്മുമ്മയ്ക്ക് സുഖമല്ലേ ?"

പുതിയലോകത്തിലേക്കുള്ള വാതിൽക്കൽ നിന്നുകൊണ്ട് ഞാൻ അവരെ നോക്കി പുഞ്ചിരിച്ചു. ഇനി ഇവരാണ് എന്റെ ആൾക്കാർ. കുറച്ചു നാളത്തേക്കെങ്കിലും.

"കൊച്ചെമ്പ്രാട്ടീ.. എന്നെ പെരുവിളിച്ചാൽ മതി. എല്ലാവരും അങ്ങനെയാണ്."

ഞാൻ പുഞ്ചിരിച്ചുകൊണ്ട് അച്ഛരമ്മയുടെ അടുത്തിരുന്നു. നിലത്തിരുന്നു മുറുക്കാൻ ചെല്ലാമടച്ചുകൊണ്ടു ലക്ഷ്മിയമ്മുമ്മ പിന്നെയും തുടർന്നു.

"ചെറുപ്പത്തിൽ വന്നപ്പോൾ 'കുഞ്ഞുലെച്മി' എന്നായിരുന്നു വിളിച്ചിരുന്നെ.. അതുമതി "

അവർക്ക് അച്ഛമ്മയേക്കാൾ പ്രായമുണ്ട്. അച്ഛരമ്മയുടെ ഒറ്റപ്പെടലുകളിൽ കുഞ്ഞുലെച്മി കൂടെയുണ്ടായിരുന്നു.

വരാന്തയുടെ അങ്ങേത്തലയ്ക്കൽ വന്നെത്തിനോക്കിയ ആ കൊച്ചുപെൺകുട്ടിയുടെ അടുത്തേക്ക് ഞാൻ എഴുന്നേറ്റു ചെന്നു.

'ലേഖ'... അതാണ് ആ പാവാടക്കാരിയുടെ പേര്. പതിനഞ്ചുവയസ്സുതോന്നിക്കുന്ന അവൾ സ്കൂൾ പഠനം എട്ടാം ക്ലാസ്സിൽ നിർത്തി അമ്മയ്ക്കൊപ്പം അടുക്കളയിലും പുറംപണിയിലും സഹായിക്കുന്നു. താമസം തറവാട്ടിൽത്തന്നെ. മെലിഞ്ഞ ശരീരമാണ്.

നീണ്ടമുഖത്ത് എഴുന്നുനിൽകുന്ന മൂക്ക്. നീളമുള്ള ചെറിയ കണ്ണുകൾ. കട്ടിയുള്ള പുരികം. ചെറിയ നെറ്റിത്തടം. ഇരുണ്ട ചെറു ചുണ്ടുകൾ. കഴുത്തെല്ലുകൾ ഉയർന്നുനിൽക്കുന്നത് കാണാം. നീണ്ട കൈവിരലുകളുള്ള മെലിഞ്ഞ കൈകൾ. .പതിഞ്ഞ മാറിടം. ഒതുങ്ങിയ ഭംഗിയുള്ള അരക്കെട്ട്. അഴിച്ചിട്ട മുടി. മുട്ടുവരെയെത്തിനിൽക്കുന്ന പാവാടയിൽ നിന്ന് താഴേക്ക് രോമാവൃതമായ മെലിഞ്ഞ കാലുകൾ കാണാം. കാലിലെ പെരുവിരലിനു താഴെ ഉന്തിനിൽക്കുന്ന എല്ലുകൾ കാലിന്റെ ആകൃതി വ്യത്യസ്തമാക്കുന്നു.

എന്നെ നോക്കി ലേഖ പുഞ്ചിരിച്ചു.

കുറച്ചകലെയായി കൂട്ടിയിട്ടിരുന്ന തേങ്ങാ പൊതിക്കുന്ന ഒരു മനുഷ്യൻ ഇടയ്ക്കിടെ ഞങ്ങളെ നോക്കുന്നുന്നുണ്ടായിരുന്നു. നിഗൂഢമായ എന്തോ ഒന്ന് അയാളുടെ ശരീരഭാഷയിൽ തോന്നിയെങ്കിലും പുതിയ വ്യക്തി എന്ന നിലക്ക് ഞാൻ പുഞ്ചിരിച്ചു. മറുപടിപുഞ്ചിരി കിട്ടിയില്ല എന്നുമാത്രമല്ല അയാൾ തുറിച്ചു നോക്കുകയും ചെയ്തു.

"അതാണ് ബാലൻ.. നാലാളുടെ ജോലി ചെയ്യും.."

ഇതുംപറഞ്ഞു അച്ചരമ്മയും കുഞ്ഞുലെച്മിയും ചിരിച്ചു.

വർഷങ്ങൾക്കു മുൻപ് ബാലൻ ജോലി തേടി എവിടെനിന്നോ വന്നതാണ്. ബാക്കിവരുന്ന കഞ്ഞിയും കപ്പയും ഒക്കെ മതി ടിയാന്. നേരം വെളുക്കും മുതൽ ജോലിചെയ്യും. ഉറക്കം അടുക്കള ഭാഗത്തുള്ള ചായ്പ്പിൽ. ആരും അയാളോട് മിണ്ടാറില്ല. അയാളും സംസാരിക്കാൻ നിൽക്കാറില്ല.

ദിവസങ്ങൾ കടന്നുപോയി. ലേഖ എന്നെ പറമ്പും, അമ്പലക്കുളവും ചാമ്പമരവും ഇരുമ്പമ്പുളിയും കഥകളി കളരിയുമൊക്കെ പരിചയപ്പെടുത്തി. ഞങ്ങൾ കൂട്ടുകാരായി.

എങ്കിലും അവൾ എന്നെ 'എമ്പ്രാട്ടി' എന്നായിരുന്നു വിളിച്ചിരുന്നത്.

ഒരുമിച്ച് കൈകോർത്തു പറമ്പിലൂടെ നടക്കുമ്പോഴൊക്കെ പുരികം ചുളിച്ച് ഞങ്ങളെ ദൂരെനിന്നു നോക്കിയിരുന്നു ബാലൻ. ലേഖക്കയാളെ പേടിയായിരുന്നു. കുളിക്കടവിൽ എപ്പോഴൊക്കെയോ അയാളെ അവൾ കണ്ടിരുന്നുവത്രെ.

പലപ്പോഴും അയാൾ ഉള്ളിടത്തുനിന്ന് ഞങ്ങൾ മാറിപ്പോയി .

തിരുവനന്തപുരത്തുനിന്ന് നാടുകടത്തപ്പെടാൻ ഉണ്ടായ സാഹചര്യങ്ങളുൾപ്പെടെ എന്റെ രഹസ്യങ്ങളൊക്കെ ഒന്നൊന്നായി ഞാൻ ലേഖയോട് പങ്കുവെച്ചു. അവൾക്കങ്ങനെ രഹസ്യങ്ങളോ അനുഭവങ്ങളോ ഉണ്ടായിരുന്നില്ല. സൗഹൃദത്തിനുമുപരി എന്തോ ഒരു അടുപ്പം ഞങ്ങൾക്കിടയിലുള്ളതായി തോന്നിയ നിമിഷങ്ങളുണ്ടായിട്ടുണ്ട്. അവളുടെ മെലിഞ്ഞ ശരീരം പലപ്പോഴും ആകർഷകമായി തോന്നിയിട്ടുണ്ട്. പക്ഷെ പെണ്ണിന് പെണ്ണിനോട് പ്രണയം തോന്നാൻ പാടുണ്ടോ..? അറിയില്ല.

കാലം കടന്നുപോയി.

ഒരുമിച്ചില്ലാത്ത നിമിഷങ്ങൾ സങ്കടം തോന്നിത്തുടങ്ങി. എന്റെ സന്തോഷങ്ങളിൽ അവളൊരു വലിയ ഭാഗമായി മാറിത്തുടങ്ങി.

എന്റെ പേരിൽ പൂജകളും വഴിപാടുകളും പതിവായിത്തുടങ്ങി. വരുന്ന വെള്ളിയാഴ്ച വീട്ടിൽ കളംവരച്ചുള്ള പൂജകൾ ഉണ്ടെന്ന് പറഞ്ഞിരുന്നു. ആ ദിവസം ഇന്നാണ്. പൂജാസാധനങ്ങൾ വാങ്ങാനാകും അച്ഛമ്മയും ഡ്രൈവർ കുമാരനും കൂടി ടൗണിൽ പോയി.

മുകളിലെ എന്റെ മുറിയിൽ ഞാനും ലേഖയും ഒരുമിച്ചിരുന്നു കഥകൾ പറഞ്ഞിരുന്നു. എപ്പോഴോ കഥകൾക്കിടയിൽ അവളുടെ കണ്ണുകളുടെ കയത്തിൽ ഞാൻ ഇറങ്ങിച്ചെന്നു. അവിടെനിന്നു പുതിയ അനുഭവങ്ങളുടെ തുടക്കമായിരുന്നു. പെണ്ണിന് പെണ്ണിനെ സ്നേഹിക്കാൻ കഴിയുന്ന ഒരവസ്ഥ.

ഹൃദയമിടിപ്പുകൾ കാതടപ്പിക്കുന്ന ഒച്ചയിലായി. വികാര നിമ്നോന്നതങ്ങളിലൂടെ ഞങ്ങൾ ഒരുമിച്ചു സഞ്ചരിച്ചു. പ്രണയം തീവ്രമായ ഒരു വികാരമായി ഞങ്ങളെ പൊതിഞ്ഞു. നാഴികകൾ നിമിഷങ്ങൾപോലെ കടന്നുപോയി.

'ഡപ് ഡപ് ഡപ്....'

കോണിപ്പടിയിലൂടെ ആരോ അതിവേഗത്തിൽ ഇറങ്ങിയോടുന്ന ശബ്ദം ഞങ്ങളെ ഞെട്ടിച്ചു. പരസ്പരം ഭയപ്പാടോടെ നോക്കി ഇരുവരും ഒരുനിമിഷം നിലച്ച ശ്വാസം വീണ്ടെക്കാൻ ശ്രമിച്ചു.

ആരാവും അത്..?!

ജനലിലൂടെ പുറത്തേക്ക് നോക്കുമ്പോൾ പറമ്പിൽ നിന്ന് തിരിഞ്ഞു നോക്കി കിതയ്ക്കുന്ന ബാലനെ കണ്ടു. അയാളുടെ മുഖം

വിളറിയിരുന്നു. ഭയപ്പെടേണ്ട ഞങ്ങളെക്കാൾ അയാളുടെ മുഖത്തു ഭയം ഞാൻ കണ്ടു. ലേഖ അപ്പോഴും നിശ്ശബ്ദയായിരുന്നു.

അയാൾ..! ബാലൻ !

ലേഖ തേങ്ങി കരയാൻ തുടങ്ങി.

എനിക്ക് ചിന്തിക്കാൻ കഴിയുന്നില്ല.

ഇനി എന്തൊക്കെ ആകും സംഭവിക്കുക. അറിയില്ല..!

അവൾ പാവാടയുടെ കുടുക്കുകളിട്ടു വാതിൽ പടിയിലൂടെ കാലുയർത്തി നടന്നകന്നു. കോണിപ്പടികളിൽ അവളുടെ കാൽവയ്പുകൾ പതിവിലും പതുക്കെയായി തോന്നി.

ഏറെക്കഴിയാതെ അച്ഛമ്മ വന്നു.

പൂജയുടെ ഒരുക്കങ്ങളെപ്പറ്റി അച്ഛമ്മ വാചാലയായി.

ചുവന്ന പട്ടു ചേലയാണ് ഞാനുടുക്കേണ്ടത്. പക്ഷെ എനിക്കൊന്നും കേൾക്കാൻ കഴിയുമായിരുന്നില്ല. മനസ്സ് കാതങ്ങൾ താണ്ടി ഏതോ മരുഭൂമിയിലാണ്. ഞാൻ യാന്ത്രികമായി പുഞ്ചിരിച്ച് സ്വാഭാവികത നിലനിർത്താൻ ശ്രമിച്ചു. അച്ഛമ്മ പോയ ശേഷവും കട്ടിലിൽ നിന്ന് നിലത്തിറങ്ങാൻ ഞാൻ ഭയപ്പെട്ടു. എന്താവും ലേഖയുടെ അവസ്ഥ. അവൾ എങ്ങോട്ടാണ് പോയത്.

ചിന്തകൾ എന്നെ ഭയപ്പെടുത്തിക്കൊണ്ടിരുന്നു.

അയാൾ... ബാലൻ ആരോടൊക്കെ എന്തൊക്കെ പറഞ്ഞുകാണും. അറിയില്ല.

ഭയം എന്നെ ഏറെക്കുറെ കീഴ്പ്പെടുത്തിയിരുന്നു.

അവിടെയുണ്ടായിരുന്ന മൂന്നു പെണ്ണുങ്ങൾ എന്നെ ചെമ്പട്ടുടുപ്പിച്ചു താഴേക്ക് കൊണ്ടുവന്നു. ലേഖയുടെ മുറിയിൽ ആരെയും കണ്ടില്ല. ഇനി അയാൾ, ബാലൻ അവളെ കൊന്നുകാണുമോ..? അതോ എല്ലാവരോടും പറഞ്ഞു കാണുമോ. അറിയില്ല. അയാളെയും കാണുന്നില്ല.

പൂജയ്ക്കായി പരികർമി കോലം വരയ്ക്കുന്നു. അച്ഛമ്മ കൈകൂപ്പി മുന്നിൽ നിൽക്കുന്നു. പതിവിൽ കൂടുതൽ ആളുകൾ വന്നിട്ടുണ്ട്.

"ലേഖയെവിടെ ?"

ഞാൻ തിരക്കി.

"അതാരാ ലേഖ..?"

അവിടെയുള്ള ഒരു സ്ത്രീ എന്നോട് മറുചോദ്യം ചോദിച്ചു.

"മോളിരിക്ക്.. പൂജ കഴിയട്ടെ.."

അച്ഛരമ്മ എന്നെ ആശ്വസിപ്പിച്ചു.

മന്ത്രോച്ചാരണങ്ങളും മറ്റും എന്റെ ഇരുചെവികളും തുളയ്ക്കുമ്പോഴും എന്റെ മനസ്സ് ലേഖയെ അന്വേഷിച്ച് നടന്നു. തിരക്കിനിടയിൽ അവളുടെ രോമാവൃതമായ കാലുകൾ എപ്പോഴോ കണ്ടപോലെ.

അല്ല. അവളല്ല..!

ബാലനെയും ഞാൻ തിരഞ്ഞു. പക്ഷെ കണ്ടില്ല.

പുകയുന്ന കുന്തിരിക്കവും പൂജാദ്രവ്യങ്ങളും ആ വീടിന്റെ അകത്തളങ്ങൾ ഇരുണ്ടതാക്കി. ക്ഷമയോടെ അച്ഛരമ്മ അവിടിരുന്നു. എപ്പോഴോ തളർച്ചയുടെ വരമ്പിൽ നിന്ന് ഞാൻ ഉറക്കത്തിലേക്കു വഴുതിവീണു.

ഒരു തീപ്പന്തവുമായി ആരൊക്കെയോ എന്നെ ഓടിക്കുന്നതായി സ്വപ്നം കണ്ടുണർന്നു. ദേഹമാസകലം വിയർത്തിരുന്നു.

അച്ഛരമ്മയും കുഞ്ഞുലെച്മിയും ചേർന്നെന്നെ എഴുന്നേൽപ്പിച്ചിരുത്തി. എനിക്കെന്തോ പറ്റിയിരിക്കുന്നു.

കോണിപ്പടിയിലൂടെ ആരോ വേഗത്തിൽ കയറിവരുന്ന ശബ്ദം. എല്ലാവരും വാതിലിലേക്ക് നോക്കി.

ഡ്രൈവർ കുമാരൻ.

"ബാലൻ..! "

കിതപ്പിനിടെ അയാൾ നിർത്തി നിർത്തി.. പറഞ്ഞു.

"ബാലൻ മരിച്ചുകിടക്കുന്നു. കുളക്കടവിൽ. കഴുത്തിലായ് ആഴത്തിൽ പല്ലുകൾ താഴ്ന്ന പാടുണ്ട്.."

ഒന്നും മനസ്സിലാകാതെ ഞാൻ ഏവരെയും നോക്കി.

പുറത്തെ ജനലിലൂടെ അമാവാസിയുടെ കട്ടികൂടിയ ഇരുട്ട് മുറിക്കുള്ളിലേക്കരിച്ചിറങ്ങി. ദൂരെയെവിടെയോ ഒരു നായ ഓരിയിടുന്ന ശബ്ദം ചീവീടുകളുടെ അകമ്പടിയോടെ കേട്ടുകൊണ്ടിരുന്നു.

7

പ്രഹേളിക

"ഇയാഗോ ഒരു പ്രതീകമാണ്. നീയും ഞാനും ഒക്കെ മനസ്സിൽ ഒരംശം ഇയാഗോവിനെ കൊണ്ടുനടക്കുന്നു.

നമ്മളൊക്കെ അവരവരുടെ ഡെസ്ഡിമോണയ്ക്കുവേണ്ടി ജീവൻ നൽകാൻ തയ്യാറായിരുന്നു ഒരിക്കൽ.

ഒഥല്ലോമാരായിരുന്നു.

അല്ല.. ഇപ്പോഴും ആണ്.

എന്നാൽ   ഇയാഗോ   മനസ്സിൽ   കൂടുമ്പോൾ   അത് സംശയമാകുന്നു..വെറുക്കുന്നു.ഡെസ്ഡിമോണയെ

കൊല്ലുന്നു..നമ്മളും ചാകുന്നു..

ബോട്ടംസ് അപ്പ്..ഫോർ മൈ എമിലിയ..ഹ ഹ ഹ.."

ഇതും പറഞ്ഞ് അയ്യപ്പൻ വിസ്കി ഗ്ലാസ് കാലിയാക്കി.

അട്ടഹാസച്ചിരി അവിടമാകെ പ്രതിഫലിക്കുന്നു.

❧

"മമ്മീ, ഡാഡി അവിടെ സ്നോയിയെ തല്ലുവാ.. അത് ചത്തുപോകും. ഒന്നും ചെയ്യല്ലേന്ന് പറ. വാവയ്ക്ക് പേടിയവുന്നു.."

നിറകണ്ണുകളോടെ   ഓടിവന്ന   ടീനമോളെ   ചേർത്തുപിടിച്ച് ആശ്വസിപ്പിക്കാൻ തോന്നിയെങ്കിലും നിസ്സങ്കത എന്റെ മനസ്സിനെ ഏറെക്കുറെ മൂടിക്കഴിഞ്ഞിരുന്നു. അവളുടെ കയ്യിൽ പിടിച്ച് അടുത്തിരുത്തി, തലമുടിയില് തലോടി.

വാക്കുകൾ   നാവിലെത്തും   മുൻപ്   തന്നെ   മരിച്ചുകഴിയുന്ന അവസ്ഥയാണ്.

അമ്മയും അപ്പയും കഴിഞ്ഞതവണ നാട്ടിൽ വന്നപ്പോൾ ടീനയ്ക്കും ടോണിയ്ക്കും കൊണ്ട് കൊടുത്ത പോമറേനിയൻ ബ്രീഡാണ് സ്നോയി.

വീട് മുഴുവൻ സി സി ടി വി ക്യാമറകളാണ്. അകത്തുമുണ്ട് ഒന്നുരണ്ടെണ്ണം. പ്രായമായ അമ്മയും, പപ്പയും, അമ്മാമയും ഉള്ളത്കൊണ്ട് അറിയാത്ത ആരേലും വന്നാൽ അകത്തുനിന്നറിയാൻ എന്നായിരുന്നു ആദ്യം കരുതിയത്. എന്നാൽ സ്വന്തം ഭാര്യയുടെ രഹസ്യക്കാരെ കണ്ടെത്താനാണെന്ന് ഈയടുത്താണ് മനസ്സിലായത്.

സംശയമാണ് അയാൾക്ക്.

ആറ് വർഷത്തെ വിവാഹ ജീവിതം, അഞ്ചും, മൂന്നും വയസ്സുള്ള രണ്ട് കുഞ്ഞുങ്ങൾ. വിവാഹത്തിന് മുമ്പുള്ള വാഗ്ദാനങ്ങളിൽ പാലിച്ചത് കുഞ്ഞുങ്ങളുടെ എണ്ണത്തിൽ മാത്രം ഒതുങ്ങി. പുതുമണം മാറിയപ്പോൾ അയാളുടെ ഭാവവും പതിയെ മാറുന്നതായി തോന്നിതുടങ്ങിയിരുന്നെങ്കിലും ഇതാവും ദാമ്പത്യം എന്ന തോന്നലിൽ ഒതുങ്ങിക്കൂടുകയായിരുന്നു.

സി സി ടി വിയുടെ വയർ കടിച്ചുമുറിച്ചു എന്നതാണ് സ്നോയിയെ തല്ലാൻ ഇന്നത്തെ കാരണം.

വിവാഹ ആൽബത്തിലെ ആൺരൂപങ്ങളും ഞാനുമായുള്ള ബന്ധം തിരഞ്ഞായിരുന്നു തുടക്കം. എനിക്കറിയുന്നവരുടെ ചരിത്രം തിരക്കുമ്പോഴും, അറിയാത്തവരുടെ പുഞ്ചിരികളിൽ അയാൾ അർഥം തിരയുകയായിരുന്നു. സംശയത്തിന്റെ ജ്വരബാധിതനായ അയാളെ ഞാൻ തിരിച്ചറിഞ്ഞുതുടങ്ങിയിരുന്നില്ല.

കൗമാരത്തിലെ എന്റെ പ്രണയം മതത്തിന് പുറത്തായത് മാത്രമായിരുന്നില്ല അമ്മയുടേയും അപ്പയുടേയും പ്രശ്നം, അത് എന്റെ കണ്ടെത്തൽ എന്നതായിരുന്നു പ്രശ്നം.

"പെണ്ണല്ലേ.., നിനക്കറിയിയില്ല"

എന്നതായിരുന്നു അമ്മയുടെ വാദം.

ഒടുവിൽ ആറാം തരം മുതൽ ഞാനറിയാതെ എന്നെ പ്രണയിച്ചിരുന്നു എന്ന വാദവുമായി വന്നൊരാൾ. വലിയ ജോലിയും ആഡംബരക്കാറുമൊക്കെ അയാളെ അമ്മയുടേയും അപ്പയുടേയും പ്രിയപ്പെട്ടവനാക്കി. അങ്ങനെ അയാൾ എന്റെ ഭർത്താവായി.

വിവാഹത്തിന് മുമ്പുള്ള പല ഫോൺ സംഭാഷണങ്ങളിലും രതിയുടെ ശകലങ്ങൾ കടന്നുവന്നപ്പോൾ നിശ്ശബ്ദയാകുമായിരുന്ന എന്നെ ഭർത്താവാകാൻ പോകുന്നവന്റെ അവകാശങ്ങൾ എന്നപേരിൽ അശക്തയാക്കിയിരുന്നു അയാൾ. സ്വപ്നജീവിയല്ലായിരുന്നെങ്കിലും, സങ്കൽപ്പങ്ങളിലെവിടെയൊ ഞാനും മെനഞ്ഞിരുന്ന പലതും ആദ്യരാത്രിമുതൽ വൈകൃതങ്ങളാൽ തിരുത്തിയെഴുതപ്പെട്ടു.

ഭർത്താവല്ലേ. ഇങ്ങനെയാകും ദാമ്പത്യം എന്ന് കരുതി സമാധാനിച്ചു.

രജസ്വലയുടെ രക്തം കൊണ്ട് അമരനാവൻ ശ്രമിച്ച പുരാണ നീചൻ പലപ്പോഴും അയാളിൽ സന്നിവേശിച്ചിരുന്നത് ഞാനറിഞ്ഞു. അശക്തയുടെ ഞരക്കങ്ങൾ നാലുചുവരുകളിൽ പലപ്പോഴായി കെട്ടടങ്ങി.

അയാൾക്കുവേണ്ടി, എനിക്കുവേണ്ടാത്ത ഒരുപാട് രാത്രികൾ, പകലുകൾ. എന്റെ തൃപ്തി വിഷയമല്ലാതായി.

ലോകം കിടപ്പുമുറി മാത്രമായി മാറുകയായിരുന്നു. സ്നേഹം എന്നത് കഥകളിൽ വയിച്ച അപരിചിതമായ ഏതോ കൂട്ടുകാരനായി മാറി.

പീ ജി പഠനം പൂർത്തിയാക്കണം എന്ന ആഗ്രഹം പപ്പയെ കൊണ്ട് പറയിച്ച് ഒരുവിധം അയാളിൽനിന്ന് സമ്മതം ലഭിച്ചതായിരുന്നു ആകാശവും മനുഷ്യരേയും കണ്ട് ഒന്നാശ്വസിക്കാൻ ലഭിച്ച ഒരവസരം.

ഗർഭിണിയായ ശേഷവും പഠനത്തിനായെത്തിയ എനിക്ക് ആദ്യദിനങ്ങളിൽ കിട്ടിയ സ്നേഹ സൗഹൃദങ്ങളിൽ അന്യമാകുന്നതായി തോന്നാൻ അധികം വൈകിയില്ല. അയാളുടെ ഇടപെടൽ..!

ആൺസുഹൃത്തുക്കൾക്കെല്ലാം എന്നിൽനിന്നകലം പാലിക്കാൻ നിർദ്ദേശം..!

സംശയമാണ് അയാൾക്ക്..!

ഗർഭിണിയായ ശേഷം വന്നത് നന്നായി എന്ന് ക്ലാസ്സിലിരുന്ന് തമാശയായി എപ്പൊഴോ ചിന്തിചതായി ഓർക്കുന്നു.

ഒരുപാടുപേരിരുന്ന ആ പീ ജി ക്ലാസ്സിൽ ഒറ്റയ്ക്കിരുന്ന് ഞാൻ പഠനം പൂർത്തിയാക്കി. സഹതപിച്ചവർക്കുനേരെ, സൗഹൃദങ്ങൾക്കുനേരെ പുഞ്ചിരി മാത്രമായിരുന്നു മറുപടി.

പ്രസവസമയം ഭർത്താവിന്റെ സാമീപ്യം ആഗ്രഹിച്ച പലരുടേയും കഥകൾ കേട്ടിരുന്നെങ്കിലും ഒറ്റയ്ക്കുമതി എന്ന് ഞാനന്ന് ഡോക്ടറോട് ശട്ടം കെട്ടിയിരുന്നു. പെൺകുഞ്ഞാവരുതേ എന്ന് ഗർഭകാലത്തെപ്പൊഴൊക്കെയോ മനസ്സുരുകി പ്രാർഥിച്ചിരുന്നത് ഓർത്തു.

"പെൺകുഞ്ഞാണ്..സന്തോഷമായില്ലേ..?"

വേദന മനസ്സിലേക്ക് നിഴലിച്ചപ്പൊളും ഡോക്ടറുടെ പുഞ്ചിരിക്ക് മറുപടി പുഞ്ചിരിയായി നല്കി.

പെൺകുഞ്ഞായിരുന്നു ആഗ്രഹം, വിവാഹത്തിനും മുൻപ്. എനിക്ക് ബാല്യത്തിലെവിടെയൊക്കെയോ നഷ്ടമായത് അവൾക്ക് നൽകണമെന്ന് ഒരു വാശിയായിരുന്നു. ഇഷ്ടമായിരുന്നു. കൺമഷിയും, ചാന്തും, കരിവളയും അണിയിച്ച് എന്റെ സ്വപ്നങ്ങളിലെ ഞാനാക്കി വളർത്താൻ ഒരുവൾ. പക്ഷെ ഒൻപത് മാസക്കാലം അവളാകരുതേ എന്ന് പ്രാർത്ഥിച്ച ദിവസങ്ങളനേകമുണ്ട്.

ടീന..!

അവൾ വളർന്നു.

അയാൾ തുടർന്നു.

എനിക്കും ടീനയ്ക്കും കൂട്ടായി രണ്ടാമതൊരാളും വന്നു, ടോണി.

എന്റെ ഫോണിലെ പുരുഷ നാമത്തിലുള്ള എല്ലാ പേരുകളും ഒഴിവാക്കപ്പെട്ടു. ചിലത് എന്റെ അറിവില്ലാതെ തന്നെ. ഫെയിസ്ബൂക്കിലും ഇൻസ്റ്റാഗ്രാമിലുമുള്ള പുരുഷപ്രജകൾ മുഴുവൻ ഒഴിവാക്കപ്പെട്ടു.

കുടുംബ ഒത്തുകൂടലുകൾ പോലും എനിക്കന്യമായി.

സംശയം, അത് കൂടിവന്നതേയുള്ളൂ.

പതിവായുള്ള ലൈംഗികാതിക്രമത്തിന് ശേഷം ഒരിക്കൽ ബാൽക്കണിയിൽ നിന്നാരോടോ സംസാരിച്ച അയാളുടെ വാക്കുകൾ എന്നെ ഞെട്ടിച്ചില്ല.

"സൗന്ദര്യമുള്ളത്കൊണ്ട് അവളെ ഞാൻ പുറത്തിറക്കാറില്ല, അതിന്റെ ആവശ്യം തോന്നിയിട്ടുമില്ല"

'സൗന്ദര്യം' എന്ന വാക്ക് എന്നെ ചിരിപ്പിച്ചില്ലെങ്കിലേയുള്ളൂ.

വികാരവിസ്ഫോടനവേളകളിൽ കുഞ്ഞുങ്ങളുടെ സാമീപ്യം ഒരിക്കലും ഒരു തടസ്സമായി അയാൾ കണ്ടിട്ടില്ല എന്നതും വൈകൃത

തീവ്രത കാണിക്കും. സ്ത്രീയോനിയിലേക്ക് ഇഷ്ട്മില്ലാതെ പുരുഷന്റെ ആസക്തി പ്രവേശിക്കുമ്പോളുള്ള വേദനയ്ക്കപ്പുറമാണ് ഇത്തരം ക്രൂരവിനോദങ്ങൾ മനസ്സിലേൽപ്പിക്കുന്നത്.

ഇന്നിപ്പോൾ ഞാൻ അയാളുടെ വൈകൃത വേഴ്ചയ്ക്ക് വഴങ്ങാത്തതാണ് ഒരു സി സി റ്റി വി വയറിന്റെ പേരിൽ സ്നോയി വാങ്ങിക്കൂട്ടുന്നത്.

വിവരങ്ങൾ അറിയിച്ചപ്പോഴൊക്കെ തിരക്കുകൾ പറഞ്ഞൊഴിഞ്ഞ എന്റെ അമ്മയും, അപ്പയും, എല്ലാം അറിയുന്ന, അയാളുടെ അമ്മയും അപ്പനും, ഭയവും ആശങ്കയും നിറഞ്ഞ ടീനയുടേയും ടോണിയുടേയും മുഖവും നിസ്സംഗതയോടെ നോക്കി ഞാനിരിക്കുന്നു, വേദനയോടെ.

8

സമാന്തരം

പാമ്പിന്റെ രൂപം അവലംബിച്ച ലൂസിഫർ ഏദൻ തോട്ടത്തിലെ മരങ്ങളിലൂടെ ഇഴഞ്ഞു നീങ്ങി. ദൂരെ ഒരു സ്ത്രീയുടെ നഗ്നമായ പിൻഭാഗം അവൻ കണ്ടു.

അവൾ..ഹവ്വ..!

അവൾ ഉച്ചഭക്ഷണം തയ്യാറാക്കുകയാണ്.

അടുത്തെങ്ങും ആദമിനെ കാണുന്നില്ല. ഇതുതന്നെ അവസരം.

ഹവ്വയുടെ അഭൗമരൂപം അടുത്തുകണ്ട അവൾക്കുമുന്നിലൂടെ ഇഴഞ്ഞു നീങ്ങിയ ലൂസിഫർ അത്ഭുതപ്പെട്ടു.

അവളും പുതിയ ജീവിയെ കണ്ട് ആശ്ചര്യം കൂറി.

❧

മുഖക്കണ്ണാടിയിൽ ഇതാദ്യമായല്ല നോക്കുന്നതെങ്കിലും ഇന്ന് എന്തോ ഒരു പ്രത്യേകത തോന്നി. എന്റെ മുഖത്ത് ഞാൻ വരുത്തുന്ന ഭാവങ്ങൾ തന്നെയാണോ കണ്ണാടി എനിക്ക് കാണിച്ചുതരുന്നത് എന്ന സംശയം. എന്നെ തത്സമയം അനുകരിക്കാൻ ശ്രമിക്കുന്ന മറ്റൊരാൾ, എവിടെയൊക്കെയോ അയാൾ എന്റെ ഭാവങ്ങൾ പൂർണ്ണമായി പ്രതിഭലിപ്പിക്കുന്നതിൽ പരാജയപ്പെടുന്നുണ്ടോ എന്നൊരു തോന്നൽ. ഇന്നുമിന്നലേയും തുടങ്ങിയതല്ല . ഞാനെപ്പൊഴൊക്കെ കണ്ണാടിക്കുമുന്നിലൂടെ നടക്കുമ്പോഴും, അയാളും അതിനപ്പുറത്തുനിന്നു പ്രതിബിംബിക്കാറുണ്ട്. എങ്കിലും എവിടെയൊക്കെയോ അയാൾ പൂർണ്ണമായും എന്നെ അനുകരിക്കുന്നില്ല എന്നൊരു തോന്നൽ. ചിലപ്പൊഴൊക്കെ ഞാൻ

എന്ത് കാണണം എന്നയാൾ തീരുമാനിക്കുന്ന പോലെ.

ഇന്നിപ്പോൾ ഏറെ നേരമായി എന്റെ ദർപ്പണരൂപം നോക്കി നിക്കുമ്പോൾ അതിലെ അയാൾ അസ്വസ്ഥനാകുന്നപോലെ തോന്നി. കണ്ണിലെ കൃഷ്ണമണികളുടെ ചലനവും ശ്വസനതാളവും ചുണ്ടിലെ വിറയുമൊക്കെ അയാൾ മറ്റൊരാളല്ലേ എന്ന തോന്നലിനു ശക്തിനൽകി.

എങ്കിലും ആരോ നിയോഗിച്ച, ഏറ്റെടുത്ത ജോലിപോലെ അയാൾ തുടർന്നുകൊണ്ടിരുന്നു.

അയാൾക്കുപിന്നിലെ വസ്തുവകകൾ എന്റെ പിന്നിൽ ഞാൻ കാണുന്നവ തന്നെയാണ്. കട്ടിലിന്റെ തലയ്ക്കൽ ഇന്നലെ രാത്രി ധരിച്ചിരുന്ന വസ്ത്രങ്ങളും, വാതിലിൽ വിരിച്ചിട്ടിരിക്കുന്ന നീലക്കരയുള്ള നിറംപോയ തോർത്തും, കസേരയിൽ ഉണക്കാനിട്ടിരിക്കുന്ന അടിവസ്ത്രത്തിലെ ദ്വാരങ്ങളുമെല്ലാം അതേപടി കണ്ണാടി ചില്ലിനപ്പുറവും കാണുന്നു.

പണ്ടെന്നോ സ്വപ്നത്തിൽ കണ്ട, എന്റെ സ്വപ്നങ്ങളെ ഞാൻ ജീവിക്കുന്ന മറ്റൊരുലോകമാണോ അയാളുടേതെന്ന ചിന്ത ഇടയ്ക്കിടെ മനസ്സിൽ വരാതിരുന്നില്ല. ആകാം, ഒരുപക്ഷെ ഇവിടെയുള്ള നമ്മൾ കാണുന്ന സ്വപ്നങ്ങളാകാം കണ്ണാടിയിൽ കാണുന്ന പ്രതിബിംബലോകത്തിൽ നമ്മളുടെ രൂപവും ഭാവവുമുള്ള ചിലർ ജീവിക്കുന്നത്. അവരുടെ സ്വപ്നങ്ങളാകാം സമാന്തരമായി ഇവിടെ നമ്മുടെ ജീവിതത്തിൽ സംഭവിക്കുന്നത്.

അയാളെന്നോ നോക്കി പുഞ്ചിരിച്ചു. ഒരുവേള എന്റെ ചിന്തകൾ മനസ്സിലായി കാണുമോ.

ഇപ്പുറത്തെ ഞാൻ ഇങ്ങനെയാവും ചിന്തിക്കുക എന്നയാൾ ഒരുപക്ഷെ സ്വപ്നത്തിൽ കണ്ടുകാണും, അതോർത്തതാവാം.

നമുക്കെല്ലാം ഒരുപക്ഷെ സ്വപ്നങ്ങളുണ്ടാകുന്നതിന്റെ കാരണം അതാവാം . സമാന്തരമായി സൃഷ്ടിപ്പിക്കപ്പെട്ട ഇത്തരം ലോകങ്ങളാകാം ജീവന്റെ സമതുലനാവസ്ഥ നിലനിർത്തുന്നത്. ഇവിടുത്തെ സ്വപ്നങ്ങൾ അവിടുത്തെ ജീവിതവും, അവിടുത്തെ സ്വപ്നങ്ങൾ ഇവിടെ ജീവിതവുമായ ഒരു പൂർവ്വാപരവൈരുദ്ധ്യമാകാം സത്യം.

ആര് സൃഷ്ടിച്ചു, എങ്ങനെ സൃഷ്ടിക്കപ്പെട്ടു എന്ന ചോദ്യം അവരിലും ഉണ്ടാകില്ലേ. വിഭജിക്കപ്പെടുന്ന ഒരു കോശം തുല്യമായ രണ്ടവസ്ഥയിലേക്ക് മാറുന്നപോലെയായിക്കൂടെ ഇതും. പ്രതിമൂർത്തികളായ രണ്ടു ലോകങ്ങൾ. രണ്ടിടത്തും ഒരേ രൂപത്തിലും ഭാവത്തിലുമുള്ള ജീവജാലങ്ങൾ. ഒന്നിന്റെ മനോസഞ്ചാരങ്ങൾ മറ്റൊന്നിന്റെ വാസ്തവികത്വം.

'അയുക്തം' എന്നൊക്കെ കേൾക്കുന്നവർക്ക് തോന്നാമെങ്കിലും, സ്വപ്നങ്ങളുടെ അർഥം തിരയുമ്പോൾ ഇത്തരമൊരു സാധ്യത ചിന്തിച്ചുകാണില്ലേ എന്നുഞാനോർത്തു.

അതെ. മറ്റൊരാളാണ്. നമ്മളെപ്പോലെ മറ്റൊരാൾ.

കണ്ണാടിച്ചില്ലിന് മുന്നിൽ നിന്ന് എന്തെല്ലാമാണ് ഞാൻ കാണിച്ചിട്ടുള്ളത്. എന്തെല്ലാം ഗോഷ്ടികൾ, നഗ്നനായി നിന്നിട്ടുണ്ട് പലപ്പോഴും, ഗുഹ്യതയുടെ വന്യതയിലും നിതംബത്തിന്റെ വശ്യതയിലും അഭിമാനപുളകിതനായിട്ടുണ്ട്. അങ്ങനെ പലതും. എല്ലാം അയാൾ കണ്ടു. അയാളും കാണിച്ചു എല്ലാം. എന്നെയും നാണിപ്പിക്കണ്ട എന്നുകരുതിയാവണം ഒരുപക്ഷെ.

എന്റെ രഹസ്യങ്ങളൊക്കെ മറ്റാരോടൊക്കെ പറഞ്ഞുകാണും അയാളുടെ ലോകത്ത്.

അയാൾ എന്നെ തന്നെ നോക്കിനിൽക്കുന്നു. പുഞ്ചിരിക്കുന്നുണ്ട്.

ഇത്രയും നാൾ എന്റെ ജീവിതം മുഴുവൻ അയാളുടെ സ്വപ്നമായിരിക്കാം.

അയാൾ ഇനിയെന്തൊക്കെ സ്വപ്നങ്ങൾ കണ്ടുകാണും ? എന്റെ ജീവിതത്തിൽ ഇനി എന്തൊക്കെ സംഭവിക്കും എന്നത് അയാൾക്കറിയാമായിരിക്കാം. ചോദിച്ചാലോ..? അയാൾ പുഞ്ചിരിക്കുന്നുണ്ട് ഇപ്പോഴും.

ഇതൊക്കെ തന്നെയാവില്ലേ പുള്ളിയുടെയും ചിന്തകൾ.

ഞാൻ കണ്ട സ്വപ്നങ്ങൾ.

ഈ ചില്ലിനിപ്പുറം മറ്റൊരു ലോകമാണെന്നും, ഇവിടെ ഞാൻ കാണുന്ന സ്വപ്നങ്ങളാവാം അയാൾ ജീവിക്കുന്നതെന്നും അത്തെന്താണെന്നുമൊക്കെ എന്നോടും ചോദിക്കണമെന്നുണ്ടാവില്ലേ.

ഇന്ന് വെളുപ്പിന് കണ്ട സ്വപ്നം കാലത്തെഴുന്നേറ്റപ്പോൾ മനസ്സിനെ അസ്വസ്ഥമാക്കിയെങ്കിലും പിന്നീടത് മറന്നു. എന്തോ

സങ്കടകരമായ കാര്യമായിരുന്നു. അതോർമ്മയുണ്ടായിരുന്നെങ്കിൽ അയാളോട് പറയാമായിരുന്നു. ഒരുപക്ഷെ അയാൾക്കൊരു തയ്യാറെടുപ്പിനു കഴിഞ്ഞെങ്കിലോ.

അയാൾക്കും ആകാമായിരുന്നല്ലോ ഇതുപോലെ. എന്റെ ജീവിതത്തിലുണ്ടായവ അറിഞ്ഞമാത്രയിൽ അയാൾക്കും എന്നെ അറിയിക്കാമായിരുന്നില്ല.

വേണ്ട. അതൊരു പ്രതിബിംബമായിത്തന്നെ നിൽക്കട്ടെ.

ജീവന്റെ സമതുലനാവസ്ഥ നിലനിൽക്കട്ടെ. സ്വപ്നങ്ങളും മനോവ്യവഹാരങ്ങളും വ്യക്തികളിൽ തന്നെ ഒതുങ്ങട്ടെ.

എന്നെയും അയാളെയും വേർതിരിക്കുന്ന അതിരായി ഞങ്ങൾക്കിടയിലെ ആ ചില്ലും.

ഒരു പുഞ്ചിരിയോടെ അയാളും കണ്ണാടിക്കുമുന്നിൽ നിന്നും പിൻവാങ്ങി.

എന്റെ സ്വപ്നങ്ങൾ സമാന്തരലോകത്ത് ജീവിക്കുന്നയാൾ.

9

അശാന്തി

എന്നത്തേയും പോലെ വഴക്കുതീർക്കാൻ ഞാൻ കുറ്റം ഏറ്റെടുത്തു. അവൾക്കു സാധാരണനിലയിലെത്താൻ മണിക്കൂറുകൾ, ദിവസങ്ങൾ വേണമത്രേ.

അവളുടെ ചാപല്യങ്ങൾ സഹിച്ചാലും ഞാൻ എന്റെ കണ്ണിലൊഴികെ എല്ലായിടത്തും കുറ്റവാളിയായി...ഒരിക്കലല്ല. പലവട്ടം.

"നമുക്ക് നിർത്താം..!"

നിശ്ശബ്ദത ഭംഗിച്ചുകൊണ്ടു ഞാൻ പറഞ്ഞു. അവളിൽ ഭാവമാറ്റം ഞാൻ കണ്ടില്ല. പ്രതീക്ഷിച്ചതുമില്ല.

ഒരുപാട് ആലോചിച്ചെടുത്ത തീരുമാനമാണ്..

അവൾ പിന്തുടർന്നില്ല, ഞാനും പ്രതീക്ഷിച്ചില്ല. അതുവഴി വന്നൊരോട്ടോയ്ക്ക് കൈകാണിച്ചു. പതിവില്ലാതെ ഓട്ടോ നിർത്തി. വിദൂരതയിൽ നിന്നെവിടുന്നോ അരിപ്രാവുകൾ കുറുകുന്ന ശബ്ദം മാത്രം മനസ്സിൽ.

ശാന്തിയമ്മയുടെ ഉച്ചത്തിലുള്ള വർത്തമാനം കേട്ടാണ് അന്നുണർന്നത്. കാണുമ്പോഴൊക്കെ ചേർത്തുപിടിച്ച് ഒരുപാട് ഉമ്മകൾ തരുന്നതിനാൽ ഞങ്ങൾ 'ഉമ്മാമ്മ' എന്നായിരുന്നു അവരെ വിളിച്ചിരുന്നത്. ഒരുതവണ ഉമ്മപെരുമഴയ്ക്കു ശേഷം കവിളത്തുബാക്കിയാകുന്ന നനവ് തുടച്ചുകളയുന്നതെങ്ങാനും കണ്ടാൽ വീണ്ടും കിട്ടുമായിരുന്നു. ദൂരെയെങ്ങാനും തലവട്ടം കാണുമ്പോൾതന്നെ അനിയൻ ഓടിയൊളിക്കുന്നത് ഉമ്മകളിൽനിന്ന്

രക്ഷപെടാനാണെന്ന് അധികമാർക്കും അറിയാത്തതല്ല.

ഭക്തിയുടെ മൂർത്തീഭാവമായ ആയമ്മയ്ക്കറിയാത്ത ഭഗവൽകഥകൾ വിരളമായിരുന്നു. ഗീതയും, ഭാഗവതവും, രാമായണവുമെല്ലാം സ്വന്തംനിലയിലുള്ള വ്യഖ്യാനങ്ങൾ നല്കുന്നതിൽ ശ്രദ്ധാലുവായിരുന്നു അവർ.

ഇന്നിപ്പോൾ, ഫ്ലാറ്റിൻറെ വാതുക്കൽ നില്പ്പുണ്ട് കക്ഷി. മുൻവശത്തെ വാതിൽ മലർക്കെ തുറന്നിട്ടുണ്ടെങ്കിലും കൊതുകു കയറാതിരിക്കാനായി 'നെറ്റ്' ഘടിപ്പിച്ച വാതിൽ അപ്പോഴും അടഞ്ഞുകിടപ്പുണ്ട്. അതിനും പുറത്തുനിന്നാണ് മൂപ്പത്തിയാരുടെ ശകാരഭാവത്തിലുള്ള വർത്തമാനം.

അമ്മയെയാണ് പുലഭ്യം പറയുന്നതെന്ന് മനസ്സിലാക്കാൻ അധികം സമയമെടുത്തില്ല.

"എടീ, നിന്റെ കെട്ടിയോനുണ്ടല്ലോ ആ ഗൾഫുകാരൻ..." എന്നുതുടങ്ങി അച്ഛരനെയും ചേർത്തു ആയമ്മയുടെ പുലഭ്യവർഷത്തിൽ.

അടുക്കളയിലെ ദോശ ഇളക്കിക്കൊണ്ടുനിന്ന അമ്മ കയ്യിൽ ചട്ടുകവുമായാണ് കോളിങ് ബെൽ കേട്ട് വാതിൽ തുറക്കാൻ വന്നത്.

ദോശ കല്ലിലുണ്ട്.

എനിക്കേറ്റവും ഇഷ്ടപ്പെട്ട ഓറഞ്ച് പൂക്കളുള്ള നൈറ്റിയാണ് 'അമ്മ ധരിച്ചിരുന്നത്. വലുതാകുമ്പോൾ എനിക്കത് തരാം എന്നുപറഞ്ഞിട്ടുണ്ട്. അമ്മയുടെ വലതുഭാഗത്തായി ഗൾഫുകാരൻ അച്ഛരൻ ഗൾഫിൽനിന്ന് കൊണ്ടുവന്ന അറ്റമില്ലാത്ത ആ കള്ളിമുണ്ടുമുടുത്ത് വായിൽ ടൂത്ത്ബ്രഷുമായി നില്പ്പുണ്ട്, ഉമ്മാമ്മയുടെ ഭള്ളുവർത്തമാനത്തിൽ പകച്ച്. ചുണ്ടിൽ മുഴുവൻ ടൂത്തപേസ്റ്റ് ആണ്. ഈ അച്ഛരനോട് ഇങ്ങനെയല്ല പല്ലുതേക്കേണ്ടതെന്ന് പറഞ്ഞാൽ കേൾക്കില്ല. വായ്ക്കുള്ളിലേക്കാൾ പേസ്റ്റുകാണും മുഖത്ത്.

ശാന്തിയമ്മയുടെ ഭാഷാപ്രയോഗത്തിൽ എവിടെയൊക്കെയോ മോനെന്നോ മോളെന്നോ പറയുന്നതും കേട്ടു. പുതിയ വാക്കുകളായതിനാൽ അർഥം മനസ്സിലായില്ലെങ്കിലും, ഞങ്ങളെപ്പറ്റിയാണെന്നു കരുതിയാവണം അനിയനും ഇറങ്ങി വന്നു.

പതിവില്ലാത്തതാണ്.

സ്കൂളിൽ പോകാൻ ബസ് വന്നുവെന്നു പറഞ്ഞാൽപോലും കട്ടിലിൽ നിന്നെഴുന്നേൽക്കാത്തവൻ ഈ ഒച്ചപ്പാടിൽ എഴുന്നേറ്റിരുന്നു. ശാന്തിയമ്മയുടെ പ്രഗൽഭ്യത്തെ ഞാൻ മനസ്സുകൊണ്ട് ഒരൽപം അഭിനന്ദിച്ചു.

അവർ നിർത്തുന്നില്ല..!

അടുക്കളയിലെ പത്രം വീണാൽ എന്തുപറ്റിയെന്നു ചോദിയ്ക്കാൻ വരുന്ന ഗ്രേസിയാന്റിയും, വാതിൽ തുറക്കാൻ താമസിച്ചാൽ ഫോൺ വിളിച്ചന്വേഷിക്കുന്ന സ്നേഹമയിയായ സുധ ആന്റിയെയും അന്ന് കണ്ടില്ല. ശാന്തിയമ്മയുടെ ദൃഷ്ടിക്ക് പെടേണ്ട എന്ന് കരുതിയാവും അവർ പുറത്തിറങ്ങാത്തത്.

പാവങ്ങൾ..!

ഇതെല്ലാം കേട്ടിട്ടും ഞെട്ടൽ വിട്ടുമാറാതെ ഓറഞ്ച് നൈറ്റിക്കാരിയും കള്ളിമുണ്ടുകാരനും വീടിനുള്ളിൽ തന്നെ നിൽക്കുന്നു. അനിയൻ കണ്ണും തിരുമി വന്ന് ഏവരെയും നോക്കി ഒന്നും മനസ്സിലാകാതെ നില്കുന്നു.

ഞാൻ ആയമ്മയുടെ വാക്കുകളിലൂടെ അവരുടെ മാനസികവ്യവഹാരമളക്കാൻ ശ്രമിക്കുകയയിരുന്നു.

ആരോ അവരെ എന്തോ പറഞ്ഞുവത്രേ..! അതെന്റെ അച്ഛനാണെന്നും, അല്ലെന്നും തോന്നുംവിധമുള്ള ഭാഷ്യങ്ങൾ കേട്ടു.

എന്റെ അമ്മയുടെ മൂത്തേച്ചിയാണ് ശാന്തിയമ്മ.

അവരുടെ ഭർത്താവായ റിട്ടയേഡ് സ്കൂൾ മാഷ് ഭാസ്കരൻ നായർ മദ്യപനാണ്. അദ്ദേഹം പെൻഷനായി വാങ്ങുന്ന തുകയുടെ ഒരു ഭാഗം വീട്ടിൽ പലവ്യഞ്ജനം വാങ്ങുകയും, കൊച്ചുമക്കൾക്ക് മിഠായി വാങ്ങുകയും, ഒരു ചെറു തുക മകളുടെ പേരിൽ ആർ.ഡിയായി നിക്ഷേപിക്കുകയും, ഇനിയും ബാക്കി വരുന്നത് മദ്യപിക്കാനും ഉപയോഗിക്കുമത്രേ.

ഈ മദ്യപാനമാണ് ഇവിടുത്തെ പ്രശ്നം. ആയമ്മ നാട്ടിലെ പൗരപ്രമുഖയായയതിനാൽ ഭർത്താവിന്റെ ഈ ശീലത്തെപ്പറ്റി പലവേദികളിലായി അവതരിപ്പിച്ചത്രേ. അത് നമ്മുടെ ഗൾഫുകാരൻ നാട്ടുകാർ പറഞ്ഞ് അറിഞ്ഞത്രേ. ഈ ഗൾഫുകാരൻ, കിട്ടുന്ന ഒഴിവുകാലം വീട്ടിലിരിക്കാതെ ആയമ്മയുടെ ഇത്തരം പ്രവർത്തികൾ അവസാനിപ്പിക്കണമെന്ന് അവരുടെ മകനോട് പറയാൻ ചെന്നുവത്രെ.

ഈ മകൻ നിഷ്കളങ്കനും മുൻകോപിയുമല്ലാത്തതിനാൽ ആയമ്മയ്ക്ക് അയാളിൽനിന്ന് അളവിൽക്കവിഞ്ഞ ശകാരം ലഭിച്ചുവത്രെ.

ഇതാണ് വിഷയം.

ഉമ്മാമ്മ തുടർന്നു.

ശാന്തി അശാന്തിയായി മാറി.

ശകാരം കൊടുമ്പിരി കൊണ്ടിരിക്കുന്നതിന്റെ നടുവിലായി പെട്ടെന്നൊരു നിലവിളി.

"അയ്യോ.. എന്റെ ദോശ..!"

അമ്മയുടെ ഉച്ചത്തിലുള്ള ഈ നിലവിളി ശാന്തിയമ്മയെ ചെറുതായൊന്നുമല്ല ഞെട്ടിച്ചത്.

കയ്യിൽ ചട്ടുകവുമായി നിന്ന അമ്മ അടുക്കളയിലേക്കോടി. കരിഞ്ഞ ദോശയുടെ ഗന്ധം അവിടമാകെ പരന്നു.

ആകെ നിശബ്ദത.

ഏവരുടേയും ദൃഷ്ടി അടുക്കളയിലേക്കോടിയ അമ്മയെ പിന്തുടർന്നു. അമ്മ പോയയുടൻ അനിയനും അടുക്കളയെ ലക്ഷ്യംവച്ച് നടന്നു. ടൂത്ബ്രഷും പിടിച്ച് ഏറെനേരമായി നിന്ന അച്ചനും അടുക്കളയിലേക്ക് പോയി.

രംഗം ശൂന്യമായിത്തുടങ്ങിയപ്പോൾ ഞാനും ഉമ്മാമ്മയും മാത്രം ബാക്കിയായി.

ആശങ്ക തളംകെട്ടിനിന്ന മുഖത്ത് കഷ്ടപ്പെട്ട്, ആയമ്മയെ നോക്കി, ഒരു ചെറുപുഞ്ചിരി വരുത്തി ഞാൻ മുറിയിലേക്ക് നടന്നു.

അപ്രസക്തമായി മാറിയ സാഹചര്യത്തിൽ നിന്ന് ശാന്തിയമ്മയും തിരിഞ്ഞുനടന്നു.

"പോയോ ?"

ട്യൂബ് ലൈറ്റിന്റെ അരികിൽനിന്ന് എത്തിനൊക്കുന്ന പല്ലിയെ ഓർമ്മിപ്പിക്കുമാറ് അനിയൻ അടുക്കളയിൽനിന്ന് തലമാത്രം പുറത്തിട്ട് ചൊദിച്ചു.

ശാന്തം, ശുഭം